TÙ KHÚC LƯU VONG

TỪ KHÚC LƯU VONG
Thơ **Dương Thượng Trúc**
Bìa: **Uyên Nguyên Trần Triết**
Dàn trang: **Nguyễn Thành**
Nhân Ảnh Xuất Bản **2020**
ISBN: 9781989993361
Copyright © 2020 by Duong Thuong Truc

DƯƠNG THƯỢNG TRÚC

TÙ KHÚC LƯU VONG

Thơ

NHÀ XUẤT BẢN
NHÂN ẢNH
2020

Có những vết thương
ngàn năm chưa lành miệng
Có những tình yêu
muôn kiếp chẳng phai nhòa

Gởi đến anh em 520 Xuyên Mộc
những vết hằn khó quên một thời tù tội

Chân thành tri ân
quý bằng hữu
đã cổ vũ, giúp đỡ
để tập thơ này được hoàn tất.

LỜI MỞ ĐẦU
Điệp Mỹ Linh

Nhận được tập thơ Từ Khúc Lưu Vong do nhà thơ Dương Thượng Trúc chuyển đến bằng email, tôi in ra, đọc, rồi trầm ngâm, chưa biết sẽ viết như thế nào và viết những gì, vì tôi không phải là một thi sĩ!

Đang suy nghĩ để tìm ý, tôi được tin tập thơ cũng được vài thi hữu viết lời giới thiệu.

Để tránh trùng lắp với các bài khác về tập thơ Từ Khúc Lưu Vong, tôi chỉ xin đề cập đến tình cảm đậm đà của tác giả Dương Thượng Trúc dành cho những nhân vật đặc biệt trong tập thơ này mà thôi.

Sau khi đọc xong tập thơ với ý thơ lênh láng, từ ngữ đơn thuần, mộc mạc, tôi nghĩ, dường như mỗi văn nghệ sĩ đều có một "dáng xưa" để ấp ủ, để tiếc thương, để ngậm ngùi.

Riêng nhà thơ Dương Thượng Trúc, ngoài "dáng xưa" âm thầm "ngự trị" trong tim anh, anh còn người Mẹ hiền, người vợ đảm đang, người con ra đời không thấy Bố; anh có khoảng đời tươi đẹp không bao giờ có thể quên được với các bạn cùng khóa 9/68 Trường sĩ quan Bộ Binh Thủ Đức; anh có cuộc sống hào hùng bên cạnh đồng đội trong một binh chủng thiện chiến của Quân Lực Việt Nam Cộng Hòa, Tiểu Đoàn 11 Biệt Động Quân.

Sau khi cuộc chiến kết thúc một cách đắng cay, nhà thơ lại chia sẻ cùng bạn hữu hơn năm năm nhục nhằn, khốn khổ trong những nhà tù trá hình của cộng sản Việt Nam.

Những gian nan, khổ nhục trong nhà tù cộng sản đã được nhiều ngòi bút, cả Việt Nam lẫn ngoại quốc, viết nhiều rồi. Riêng Dương Thượng Trúc, ngòi bút của anh không hề lên án hay oán trách bất cứ người nào trong guồng máy đầy ác tính của csVN mà anh chỉ viết về tình cảm của anh đối với những người thân yêu trong đời anh, như: Mẹ, vợ, bạn tù và những người bạn lính của anh đã nằm lại vĩnh viễn nơi rừng thiêng nước độc!

Sau khi được sang Hoa Kỳ theo diện H.O. 26, năm 1994, những nhân vật cùng thời với nhà thơ Dương Thượng Trúc trong quân ngũ cũng như trong nhà tù csVN trở thành "một phần đời không thể quên được". Anh đã dành cho những nhân vật này nhiều dòng thơ rất thiết tha, rất trìu mến.

Dù tình cảm của tác giả Dương Thượng Trúc dành cho những nhân vật trong tập thơ Từ Khúc Lưu Vong của anh đều thắm thiết, nồng nàn như nhau, tôi cũng vẫn xin được đề cập đến tình cảm thiêng liêng mà tác giả trang trọng dành cho một nhân vật tuyệt vời nhất của một đời người, đó là người Mẹ!

Khi đưa ra nhận xét Mẹ là nhân vật tuyệt vời nhất không phải vì tôi là một phụ nữ mà chỉ vì, từ xa xưa, một trong những nhân vật uy quyền trên thế giới, Tổng Thống thứ 16 của Hoa Kỳ, Abraham Lincoln, cũng đã xác định:

- "All that I am or ever hope to be, I owe to my angel mother."

Nhân vật quyền lực nhất của Hoa Kỳ đã xác định về vai trò quan trọng của người Mẹ như thế; còn nhà thơ Dương Thượng Trúc, chỉ bằng hai câu thơ rất đơn thuần mà anh đã "vẽ" lại rất rõ nét hình tượng của người Mẹ từ tâm thức của người Lính chiến:

Con nhớ lắm những lần về muộn,
Mẹ vẫn ngồi tựa cửa mong con!

Sau khi người con trai bị thương trong trận Chư Xang, Pleiku, năm 1971, người Mẹ đến bệnh viện thăm. Thái độ và tình thương vô bờ của Mẹ đã làm cho người Lính chiến Dương Thượng Trúc phải bi lụy, mủi lòng!

...

Cứ bừa bộn như thế,
Lấy vợ sớm đi, "ông"!
Để Mẹ có cháu bồng,

Con có người săn sóc.
Con mũi lòng muốn khóc,
Thương Mẹ quá, Mẹ ơi!
    (Mẹ Thăm Tiền Tuyến)

Chữ "ông" trong những dòng thơ trích dẫn bên trên là lời "mắng yêu" rất ngọt ngào, đã nói lên tất cả tình thương bao la của người Mẹ.

Sau khi Mẹ rời bệnh viện, tác giả trở về trạng thái cô đơn tột cùng:

...
Súng gươm, bạn cũ đâu rồi?
Ta còn ta với thân tơi tả sầu.
Trắng tay, trắng cả mái đầu.
Nghe hồn dẫy chết giữa màu tóc tang!
    (Đêm Quân Y Viện)

Bình phục, trở lại chiến trường, tưởng rằng đồng đội và lửa đạn sẽ chi phối được tâm trạng của tác giả Dương Thượng Trúc dành cho Mẹ; nhưng không! Trách nhiệm của một sĩ quan tác chiến và tinh thần đồng đội vẫn "nhường" cho tác giả một góc nhỏ trong trái tim đa cảm để nghĩ đến Mẹ:

...
Quê hương lửa khói mịt mờ.
Lời ru của Mẹ ấm bờ tre xanh.
Lời ru như nước ngọt lành,
Mát lòng con bước độc hành chông gai...
    (Xuân Nhớ Ca Dao Mẹ)

Sau những lúc lao vào lửa đạn, với hành

trang tinh thần là lời ru của Mẹ, người Lính Mũ Nâu vẫn nghĩ về Mẹ bằng những dòng thơ thiết tha đến như thế; khi bị csVN lừa gạt, bảo đem theo tiền ăn cho mười ngày rồi nhốt tù, thì tình cảm của tác giả dành cho Mẹ được diễn đạt như thế nào?

Chỉ bốn câu thơ, với những từ ngữ rất đơn sơ, mộc mạc, không cường điệu, tác giả Dương Thượng Trúc đã "vẽ" ra hình ảnh rất bi thảm mà có thật, của những người Mẹ bị csVN đuổi đi kinh tế mới, sau khi chúng tịch thu tài sản, nhà cửa:

...
Mẹ ơi! Con nhớ Mẹ nhiều!
Nhớ trưa nắng đổ, nhớ chiều mưa rơi.
Manh quần tấm áo tả tơi,
Mẹ ngồi vá víu mảnh đời buồn tênh...
(Chờ Mẹ Thăm Nuôi)

Trong cảnh đọa đày chốn lao tù cộng sản, không ai là người không yếm thế, không nản lòng. Người lính chiến Dương Thượng Trúc cũng vậy. Những khi tinh thần chùng thấp quá độ, tác giả cũng vẫn nghĩ đến Mẹ; nhưng với những dòng thơ ướt lệ, đượm chút tủi thân, rất dễ làm xót lòng người đọc:

...
Từ nay đừng đợi chờ Mẹ nhá!
Cứ thắp hương đốt giấy hóa vàng
Hãy xem con như đứa đi hoang
Quên ngày Tết, về bên gối Mẹ.

Từ ngục tù cộng sản, khi nghĩ đến Mẹ tác giả đã tủi thân như thế; nhưng khi nghĩ đến vợ, tâm trạng của tác giả lại trở nên ray rứt, thoáng chút ngờ vực.

Không ngờ vực sao được khi mà người Việt Nam nào cũng nhận ra rằng vợ hoặc người yêu của "mấy ông Lính" VNCH thường là "tầm ngắm" của mấy anh cán ngố hoặc bộ đội cụ Hồ, sau khi csVN cướp được miền Nam!

Thật vậy! Dù bị csVN đày đi kinh tế mới, phải sống trong đói rách, cơ hàn, người vợ hoặc người yêu của "mấy ông Lính" VNCH lúc nào cũng tỏ ra là những người xinh đẹp, có tư cách, có đạo đức, có trình độ học vấn mà "cán bộ gái" hoặc vợ của quan chức csVN không thể nào sánh bằng!

Vì nhận thức được sự chênh lệch giữa phụ nữ miền Nam và phụ nữ miền Bắc, csVN thường kết tội phụ nữ miền Nam là "ngồi mát ăn bát vàng". Tác giả Dương Thượng Trúc hiểu rõ tình cảnh của phụ nữ miền Nam trong xã hội cộng sản, cho nên, đôi khi anh cũng âm thầm lo ngại:

...
Ta trong rào kẽm xót xa
Đếm từng sợi nắng nhạt nhòa ước mơ
Vẫn mang hoài niệm mịt mờ
Hòn vọng phu ấy có chờ đợi chăng?

Theo thời gian, sự lo ngại trở thành hoài nghi, nhưng khi thấy vợ lặn lội, vượt suối, vượt đèo đi thăm nuôi, niềm xúc động trong lòng tác giả lại dâng cao vời vợi:

Đường em đi trèo non, lội suối
Đường em đi gió bụi mịt mùng
Thăm chồng lâm cảnh lao lung
Mồ hôi ướt đẫm cả rừng núi xanh...
(Vạn Dặm Thăm Chồng)

Đọc lại lịch sử Việt Nam cận đại và ôn lại những gì tôi có thể nhớ được trong thời kỳ Ba tôi theo kháng chiến chống Tây, thì: Chỉ dưới sự cai trị sắt máu của csVN, thân phận người phụ nữ Việt Nam mới tang thương, đói rách, cơ hàn như cảnh Mẹ và vợ mà tác giả Dương Thượng Trúc đã diễn đạt.

Cảnh tang thương, đói rách tưởng chỉ xảy ra cho Ông Bà, Cha Mẹ; không ngờ trẻ em cũng là nạn nhân của csVN! Đây, món quà tác giả gởi về từ trại cải tạo Trảng Lớn, mừng con gái tròn một tuổi:

...
Mừng thôi nôi con Cha gửi làm quà
Chiếc lá vàng nơi trại tù Trảng Lớn!
(Quà Thôi Nôi Cho Con)

Còn cay đắng nào hơn hai câu thơ này của một người Cha! Thế mới biết, dưới sự cai trị man rợ của csVN thì bao thế hệ Việt Nam liên tiếp bị tàn lụi!

Tình cảm của tác giả Dương Thượng Trúc

dành cho Mẹ, vợ và con đậm đà, tha thiết đến như thế; còn tình cảm tác giả dành cho đồng đội thì như thế nào, xin mời độc giả đọc vài câu trong bài Tiễn Bạn Mũ Nâu Nguyễn Phước Quân:

Giày "saut" anh đi đá mềm chân cứng
Cao nguyên xa xôi đến tận đồng bằng
Đêm di hành truy kích địch dưới trăng
Vang khúc quân ca Biệt Động Quân sát!

Tác giả vẽ ra khung cảnh vừa nên thơ vừa hào hùng; để rồi tác giả phải tiễn bạn bằng hai câu thơ đầy xót xa, ngậm ngùi!

...
Đêm thật buồn xin thắp nén trầm hương
Tiễn anh đi về phương trời miên viễn!

Nếu trong thời chiến, tác giả tiễn biệt người bạn cùng binh chủng bằng những dòng thơ đẫm lệ như thế thì trong ngục tù csVN, sau những giờ lao động khổ sai, tác giả cũng nghẹn ngào bên những nấm mồ của bạn tù đã chết vì sự trả thù tàn độc của csVN:

...
Mồ hôi từng giọt đổ
Tưới xuống cánh đồng khô
Giọt nước mắt nào nhỏ
Trên những nấm hoang mồ!...

Nếu tình cảm của tác giả Mũ Nâu Dương Thượng Trúc dành cho đồng đội lênh láng như thế thì tình cảm của nhà thơ dành cho bạn tù, nhà văn Nguyễn Mạnh An Dân, cũng không kém đậm đà:

*Tôi thắp lên đây một nén hương
Thay khúc bi ca nỗi đoạn trường
Chia tay lần cuối là miên viễn
Tiễn biệt hồn anh quy cố hương*

Đã nghĩ đến đồng đội, dù còn tại thế hay đã quá vãng, người Lính Mũ Nâu Dương Thượng Trúc cũng không thể không nghĩ đến Thương Binh VNCH trong Bài Hát của Người Thương Binh Mù:

...

*Đêm càng khuya tiếng ca càng trầm lắng,
Như từng mũi kim đang xoáy thẳng vào tim.
Ta muốn quanh đây,
Và cả vũ trụ phải im lìm
Để nghe anh bày tỏ nỗi niềm u uất...*

Quý độc giả đã hiểu được phần nào tâm trạng của tác giả Dương Thượng Trúc đối với gia đình và bạn hữu. Bây giờ, kính mời độc giả hãy cùng tôi lần theo những vần thơ rất đẹp do tác giả khơi dậy từ tâm thức u hoài để chúng ta cùng sống lại với "dáng xưa" trong bài Ngày Xưa Hò Hẹn:

...

*Chiều nay vừa tan học,
Anh chờ trước cổng trường,
Em nghe lòng xao xuyến,
Hoa ngạt ngào đưa hương.*

...

*Gặp nhau trong giây lát,
Vài giờ phép hiếm hoi,*

Rồi ngày mai xa cách,
Mỗi đứa một phương trời

Qua bao biến thiên của lịch sử, tâm tình của tác giả Dương Thượng Trúc dành cho gia đình cùng bạn hữu đã thể hiện được tất cả nỗi niềm của một người Lính VNCH đã đích thân góp máu để giữ gìn miền Nam Việt Nam.

Tôi cứ ngỡ như thế là đầy đủ, là tuyệt vời! Nhưng không! Tình cảm cao cả nhất trong lòng người Lính Mũ Nâu Dương Thượng Trúc, cũng như trong lòng quân nhân Quân Lực VNCH, là Tổ Quốc Việt Nam.

Vì hoàn cảnh, người Lính VNCH phải buông súng, không thể bảo vệ được Tổ Quốc! Nhưng trong chốn lao tù của csVN, người Lính VNCH cũng vẫn kín đáo thể hiện tình yêu cao cả dành cho Tổ Quốc đã bị csVN đổi tên:

...
Trên bức tường loang lỗ phấn vôi
Nổi lên lá Cờ Vàng Sọc Đỏ
Bài Quốc Ca dần dần vang rõ
Những âm thanh xoáy thẳng vào hồn
Cho tình yêu Tổ Quốc sâu hơn
Ngay trong lòng ngục tù cộng sản...
(Đêm Chào Cờ, trại Suối Máu)

Biết rằng tâm hồn của nghệ sĩ rất ủy mị và đa cảm, tôi cũng không thể hiểu được trái tim của tác giả Mũ Nâu Dương Thượng Trúc có mấy "ngăn" mà có thể chất chứa vô vàn tình cảm anh dành cho ngần ấy nhân vật?

Câu hỏi này xin dành cho quý độc giả. Sau khi đọc xong toàn tác phẩm Tù Khúc Lưu Vong, quý vị sẽ tìm được câu trả lời.

Điệp Mỹ Linh
https://www.diepmylinh.com/

CẢM ĐỀ

Phạm Tương Như

Bạn tôi, ca nhạc văn thi sĩ Dương Thượng Trúc, còn là một nhà truyền thông. Anh cộng tác với nhiều đài phát thanh. Rất nhiều chương trình văn học nghệ thuật nước nhà đã và đang được anh thực hiện, phát sóng nghe được toàn cầu.

Tôi vừa ái ngại vì khả năng viết lách của mình vừa vui được khi anh yêu cầu tôi ghi lại vài cảm nghĩ, sau khi đọc bản thảo Tù Khúc Lưu Vong của anh.

Tác giả "Tù Khúc Lưu Vong" phục vụ Tiểu đoàn 11 Biệt Động quân, trấn đóng cao nguyên Pleiku.

Bởi yêu em nên chàng mơ làm thi sĩ, văn sĩ, nhạc sĩ…

Bài thơ *"Nhịp đập nhỏ nhoi"* viết tại Pleiku năm 1970:

Bởi yêu em anh muốn làm tất cả.
Chỉ vì em và chỉ có em thôi.
Dẫu tim em có lạnh lùng băng giá.
Anh xin làm một nhịp đập nhỏ nhoi.

Có lẽ người con gái sợ sớm chít khăn tang khi lấy chồng là lính Cọp Mũ Nâu!

"Đại Học Máu" của Hà Thúc Sinh, cùng chủ đề, năm nào đã lấy nhiều nước mắt của tôi. Vì trong trường này có nhiều sĩ quan trẻ là bạn cùng khóa hoặc cùng đơn vị với mình.

Trại tù Xuyên Mộc nhốt 520 sĩ quan, đa số cấp úy.

Các sĩ quan trẻ này phải gỡ lịch trên dưới 10 năm, đủ biết trình độ" khó dạy", có "nợ máu" với bộ đội Cộng sản dữ dội đến ngần nào.

Họ từng mặc áo rằn ri trong các binh chủng thiện chiến, từng ngồi ghế lái "đại bàng", cánh sắt mang đầy đạn bom.

Họ từng là khắc tinh của bộ đội "đánh cho Trung quốc và Nga sô", "sinh bắc tử nam"như lời Lê Duẩn tuyên bố.

Thơ Dương Thượng Trúc phải có cả ngàn bài. Nay anh cho ra mắt Tù Khúc Lưu Vong, đủ biết anh lưu tâm, gìn giữ kỷ niệm một thời cực kỳ khốn khó, sống chung và có thể chết cùng!

Tại trại tù Trảng Lớn, người sĩ quan trẻ nghe bài hát "Mùa Xuân Đầu Tiên" của Văn Cao. Anh đã than thở thành lời:

Mùa Xuân này đâu còn là xuân nữa.
Khi khắp nơi tàn úa cánh mai vàng.
Hạt bắp, củ khoai thay cơm từng bữa.
Sau cuộc đổi đời, lịch sử sang trang

Và

Còn có mùa xuân với người thua cuộc.
Hay chỉ là ảo vọng viễn vông

"Bỏ phố lên rừng" có lẽ là bài thơ Xuân viết lúc người tù "Biệt Động Quân" vừa chuyển đến trại "khổ sai" Xuyên Mộc 520.

Dù trong cảnh đời tù tội, đói khổ. Người lính rừng một thời tay súng tay đàn vẫn còn chút hồn thơ lãng mạn.

Hôm nay bỏ phố lên rừng.
Núi đồi Xuyên Mộc đón mừng quân ta.
Hàng cây rũ bóng la đà.
Giai nhân đâu, chén quan hà tiễn đưa.

Ngày Xuân nhìn cánh én bay cho người tù chút hy vọng. Niềm tin tan mau với áo rách, đói cơm, lao động vất vả. Nỗi nhớ nhà triền miên ray rứt.

"Ta giữ riêng ta một nỗi sầu" là lời than thân trách phận không lối thoát:

Ta biết cùng ai chia nỗi sầu.
Một đời hoang phế những thương đau.
Lần tay đếm lại mùa Xuân cũ.
Mộng ước tìm đâu, biết tìm đâu.

"Di sản mai sau" là nỗi sầu thì thật là bi thảm như "sợ hết nỗi buồn đời trống không". Người tù, người thơ cám cảnh

Xót xa nước chảy chân cầu

để rồi:

Thoảng đâu cơn gió khua mành.
Hương xưa vọng tiếng trên cành... sương rơi
(Hương xưa vọng tiếng)

Người lính Biệt Động cao nguyên biên phòng một chiều hành quân, dừng chân nơi Thánh Đường xóm đạo, bên tháp chuông với nỗi lòng tan hoang, hiu hắt.

Quanh tường vôi hằn in dấu đạn.
Khói súng còn vương vất đâu đây.
Giọt lệ nào trên khóe mắt cay.

Trước cảnh tang thương nơi thôn nghèo heo hút...

Tiếng ngân nga như lời than khóc.
Bên tháp chuông đổ nát hoang tàn.
Nỗi buồn dâng theo bóng chiều loang.
Người lính trận gục đầu đếm bước"
(Người lính bên tháp chuông).

Năm 1980, nghĩa là chỉ một năm ở trại tù Xuyên Mộc. Người thơ lính sáng tác "Bài Ca Người Mất Trí" đủ biết nỗi chán chường của người tù không bản án, không tương lai chua xót đớn đau đến dường nào.

Bùi Giáng ở trại "người mất trí" ba năm. Kiệt Tấn ở tổng cộng năm năm...Các Thi nhân thiên tài này có thật mất trí? Hay muốn thành người mất trí!

Ta mơ thành một người mất trí.
Nghêu ngao ca hát giữa chợ đời...
Hồn nhiên như hoa lá cỏ cây.
Mùa xuân sẽ muôn đời bất diệt...

Cũng tại rừng già Xuyên Mộc, người vợ "đầu ấp tay gối" năm nào đến thăm người lính tù lần cuối. Báo tin nàng sẽ sang sông...

Người lính nghẹn ngào nhưng đành an phận...rẽ thúy chia quyên. Ôi! Những bi hận khi hòa bình lập lại...

Cảm ơn em đã thăm nuôi lần cuối.
Dù kèm theo là lời nói buốt lòng.
Tôi chẳng buồn và cũng chẳng hoài mong.
Một Tô Thị giữa biển dâu thế cuộc...
(Nén Hương Cho Cuộc Tình)

Nhà văn Điệp Mỹ Linh đã từng nói rằng:

- "Dương Thương Trúc làm thơ dễ như trở bàn tay".

Tôi cho rằng anh làm thơ dễ, nhanh và quen như gom chuyện đời quá khứ tích lũy, hiện tại đa đoan...

Bàn tay, khối óc, con tim đã quá quen thuộc trong lĩnh vực sáng tác văn học nghệ thuật. Anh như cánh đồng phì nhiêu đầy phù sa. Các hạt giống văn nghệ sẽ nẩy mầm tươi tốt.

Sau khi đến Mỹ, miền đất hứa của cơ hội. Tim óc văn nghệ của người lính đã chịu nhiều nghịch cảnh, bùng phát mạnh như ngày nào tiến chiếm mục tiêu trên chiến trận.

Bài thơ "Chén Rượu Ngậm Ngùi" thật tuyệt vời, gồm 24 câu viết vào tháng 9/2010. Có lẽ để tặng bạn tù trong nhóm "Xuyên Mộc 520" nhân lần hội ngộ nơi xứ sở tạm dung.

Xin cho tôi cùng ngậm ngùi với các bạn đồng trang lứa, cùng một thời lận đận bên nhà và nơi xứ người…

Nghiêng chai dốc hết ra từng giọt.
Ta uống đêm này cho thật say.
Vũ trụ cuồng quay, quên tuốt luốt.
Quên luôn cả số kiếp lưu đày…

Người lính, người thơ đa tình cũng không thoát khỏi vòng tục lụy. Trái tim nghệ sĩ sẽ chìm trong bể yêu đương. "Vũng lầy của chúng ta" đầy trắc trở và nghịch cảnh. Bài thơ "Uống cạn môi em giọt lệ sầu" như một lời chia tay ướt đẫm tương tư…

Dù hai phương trời cách biệt nhau.
Đừng buồn cho tháng bảy mưa ngâu.
Anh xin hôn nhẹ bờ mi ướt.
Uống cạn môi em giọt lệ sầu

Thi sĩ Dương Thượng Trúc là một thành viên tài hoa của Trung Tâm Văn Bút Nam Hoa Kỳ. Nhà văn Nguyễn Mạnh An Dân là cựu Chủ Tịch 3 nhiệm kỳ của Trung Tâm. Hai anh cũng là bạn tù một thời. Bài thơ "Khóc Bạn" viết tặng hương linh anh An Dân tử nạn giao thông.

Cũng là ngày TT/ VBNHK tham gia tổ chức ra mắt sách cho Nhà văn Lê Quang Sinh ở Dallas, nhân sinh nhật 90 tuổi của Ông

Tôi viết cho anh lời thơ buồn.
Nức nở trong lòng, lệ chẳng tuôn.
Dường như lệ đã khô từ dạo.
Gãy súng buông gươm, nuốt tủi hờn...

Đã là con người bầm dập với đời trai, với lịch sử, với tình yêu... Có lúc suy ngẫm về cuộc đời sao khỏi tự cười, tự chế giễu chính mình. Thi sĩ của chúng ta cũng không ngoại lệ. Hãy nghe chàng "Tự Trào"

Ngũ thập niên tiền nhị thập tam*
Tuổi đời xế bóng chẳng đành cam
Văn chương dăm chữ mà ham viết
Thi phú vài câu vẫn cố làm

* (thơ Nguyễn Công Trứ)

Phạm Tương Như xin cảm tác tặng bạn:

Lần tay đếm tuổi bảy mươi ba
Tù Khúc Lưu Vong ý chẳng già
Thích đẹp làm sang quen thói viết
Cầu vui nghèo sát cứ ham ca
Cầm kỳ thi tửu sao nhiều chỗ
Chân thiện mỹ trung ấy một nhà
Sợ sống trăm năm phiền cháu chắt
Mỹ nhân, trà rượu cứ là đà...

Hy vọng với những lời dẫn nhập đơn giản này đủ "khai phá" đường thơ đi. Để mùa Thu 2020 năm nay. Khi lá vàng rơi ngập lối trăng sương mờ, nhà thơ Dương Thượng Trúc và chúng ta được bồng bế trên tay đứa con tinh thần mới của anh.

Chân thành cám ơn Tác giả và quý độc giả, bạn bè đã vì chữ nghĩa Việt Nam, cùng chung sức gìn giữ và phát huy tiếng Mẹ đẻ khắp nơi trên Thế Giới…

Ngôn từ Việt… áng thơ văn.
Cửa tim hé mở thế nhân đón chờ".

Phạm Tương Như
Houston, TX. 07/09/2020

DƯƠNG THƯỢNG TRÚC VÀ TÙ KHÚC LƯU VONG

Mỹ Nhung

Trời chớm sang Thu. Ngọn gió heo may thổi nhè nhẹ làm lay động những cành cây hãy còn xanh lá. Cái nắng oi ả của mùa hè cũng lui dần. Không gian sáng nay dìu dịu mát khiến tôi nghe có chút gì bâng khuâng…

Trong cái tâm tình nửa vui nửa buồn ấy, tôi lại vừa nhận được bản thảo thi tập Tù Khúc Lưu Vong của thi nhạc sĩ Dương Thượng Trúc.

Không cầm nổi sự tò mò, tôi mở ra, định xem lướt qua một lượt, rồi có thời gian sẽ đọc tiếp. Nhưng tôi lại bị cuốn hút đến mủi lòng khi đọc những vần thơ được thi sĩ viết trong tù.

Những kỷ niệm ngỡ đã ngủ yên dưới lớp bụi thời gian gần nửa thế kỷ, hôm nay bỗng dưng bị đánh thức. Ai đã từng là tù nhân, đã từng thăm nuôi tù mới thấm thía những bài thơ xót xa của người thơ.

Ngoài tài làm thơ anh còn viết văn, soạn nhạc. Trong thi tập này chúng ta cũng được thưởng thức nỗi lòng u uẩn tác giả gởi gắm qua từng cung bậc.

Đọc Tù Khúc Lưu Vong, ta thấy tội nghiệp người tù nghệ sĩ đa cảm này biết bao nhiêu. Suốt hơn năm năm tù anh phải trải qua bốn lần chuyển trại. Nào Trảng Lớn, An Dưỡng, nào Suối Máu, Xuyên Mộc.

Mỗi nơi là mỗi nhục nhằn đau khổ riêng. Tuy nhiên, những người bên thắng cuộc chỉ đày đọa, gông cùm thể xác anh, chứ chúng không thể cùm được khí phách hào hùng và tâm hồn nghệ sĩ của anh. Thế nên Tù Khúc Lưu vong được ra đời trong chốn tối tăm đó. Anh viết:

Qua lớp kẽm gai chập chùng đan chéo.
Ta thấy đời trong quãng tối mùa Đông

Trong tù, thi sĩ nhớ lại những ngày cùng người yêu đi dưới mưa

Sài Gòn đẹp sao tháng Sáu trời mưa...

Nhưng rồi người thơ phải bỏ lại tất cả để lao vào cuộc chiến bảo vệ quê hương, có chút luyến lưu thời hoa mộng.

Từ dạo dấn thân vào binh lửa
Bỏ lại sau lưng tuổi học trò
Bỏ lại sau lưng bao mộng ước
Và những cuộc tình đẹp như thơ..

Sau kiếp nạn tháng Tư năm một ngàn chín trăm bảy mươi lăm, anh và tất cả quân, cán, chính miền Nam bị rơi vào vòng lao lý. Tâm sự nhà thơ lúc ấy nghe qua đố ai không se sắt lòng, khi tác giả hoài niệm một thời hào hùng đã qua:

Thương lúc xuân xanh tình ngập sóng
Nhớ thời tuổi trẻ lửa tràn tim

Để rồi buông tiếng thở dài, tự hỏi:

Đâu gươm súng, đâu chiến bào
Đâu đồng đội cũ đâu hào khí xưa

Thương làm sao kiếp tù không bản án, nên chẳng hy vọng ngày về

Đếm mùa đếm tháng đếm ngày qua
Bên chấn song thưa ước mộng nhòa...

Chịu đựng sự đọa đày tàn độc của bên thắng cuộc, thi sĩ vẫn giữ tính nhân bản của người sĩ quan Quân Lực Việt Nam Cộng Hòa. Đói rách tả tơi. Không chửi rủa, không oán than.

Chiều nay chắc Mẹ đang bận rộn
Nấu mâm cơm đưa tiễn ông bà
Trên bàn thờ, còn có hương hoa
Hay lạnh tanh khói nhang hả Mẹ?

Chúng ta hãy cùng chung nỗi buồn tủi với thi sĩ trong bữa ăn chiều mồng ba Tết, tác giả nhớ mẹ giờ nầy đang nấu mâm cơm với khói nhang trên bàn thờ, con ở đây:

Con nơi đây, ngập trong buồn tẻ
Bữa ăn chiều lưng bát cơm ôi
Miếng thịt heo bé xíu lẻ loi
Nổi lềnh bềnh tô canh rau muống

Tết mới được vậy chứ hằng ngày đi lao động là bụng đói meo, cho nên:

Gặp con gì nhúc nhích cũng nhai
Ăn để sống, để mà tồn tại

Thương làm sao, tấm lòng tự trọng, nhìn thành quả các anh trồng tỉa mà không được ăn. Nhà thơ tâm sự nghe thắt lòng:

Thấy ớt rụng thèm lắm
Thèm đắng cay cuộc đời
Nhưng cũng không dám nhặt
Chỉ lén nhìn mà thôi...

Rồi mong ước được thăm nuôi, nhưng kẻ ngoài tù lớn cũng đói khổ, cũng chật vật lắm mới chắt chiu được chút ít, lặn lội mang vào tù nhỏ cho người thân. Cảm động thay tình mẫu tử:

Núi rừng Xuyên Mộc mông mênh
Chắt chiu từng hạt muối dành cho con

Đối với người vợ hiền, tác giả tê tái lòng khi nàng lặn lội thăm nuôi anh.

Tình em là đóa hoa chung thủy
Đơn sơ mà cao quý vô ngần
Ngàn sau vọng tiếng chuông ngân
Trung trinh tiết liệt phong vân rạng ngời

Anh cũng chẳng cần nhiều quà cáp cho lắm. Được gặp em là cả một niềm hạnh phúc.

Cám ơn đội nắng dầm mưa
Quà thì có ít nhưng thừa yêu thương...

Ngày mãn hạn tù, niềm vui quá bất ngờ. Thi sĩ tưởng mình đang mơ. Tả lại tâm tình lúc ấy khiến người đọc không cầm được nước mắt:

Là tên mình hay tên ai?
Là tên mình hay tên ai?
Để xác định ta không mơ mà đang tỉnh
Chiếc lá thu dường như cũng luýnh quýnh
Rơi xuống bìa rừng khi màu vẫn còn xanh

Bản tính đa cảm, được tự do rồi, nhưng tác giả vẫn thương cho bạn bè:

Từ ngày mai ta qua thời vận hạn
Còn biết bao bè bạn ở lại đây
Những nhục nhằn, những đói rét đắng cay...
Sẽ đeo đẳng đến bao giờ... ai biết...

Ngoài tình bạn bè, tình yêu quê hương vẫn canh cánh bên lòng:

Biển dâu, tàn một cuộc cờ...
Vời trông cố quốc lòng ngơ ngẩn sầu.

Thế rồi thi sĩ nguyện cầu:

Cầu xin Thượng Đế ở trên cao
Tuôn đổ hồng ân xuống dạt dào
Cho người dân Việt qua khổ nạn
Cho đời giảm bớt những thương đau

Nắng ban mai xuyên cành lá, gió vẫn lắt lay. Tôi lật từng trang bản thảo đọc lại từng lời thơ, lời nhạc. Đọc kỹ hơn để xác định rằng mình không mơ. Thời gian khốn khổ ấy không còn đè lên số phận những người con yêu của tổ quốc.

Cám ơn văn thi nhạc sĩ Dương Thượng Trúc đã cho tôi những giây phút hồi sinh ký ức của một thời yêu lính. Tình yêu ấy bây giờ càng thấm đậm hơn khi đọc xong Tù Khúc Lưu Vong.

MỸ Nhung
Mùa Thu 2020

TÂM CẢM

Túy Hà

Gươm súng thôi đành, từ dạo ấy
Tháng Tư lệ ứa chảy về tim... *

    Hai câu thơ cháy lòng trích trong tập bản thảo "Tù Khúc LưuVong" của Người lính Mũ Nâu Dương Thượng Trúc đang oằn người trên trang giấy mở trước mặt tôi. Những con chữ như nhảy múa réo gọi lay thức tôi trong cái mớ hỗn độn giữa nhớ, quên của một thời ở lính.

    Tháng tư năm ấy đã qua lâu mà sao nghe nhắc lại là cứ ngỡ như mới hôm qua. Tháng tư bi uất của những người lính chưa đánh đã thua vì phục tùng quân lệnh của một quân đội hào hùng.

    Tháng tư là tháng tan đàn rã nghé, là của vượt biên, vượt biển, là của tìm sống trong chết và cũng là thời khắc khởi điểm cho những nhà tù mới của phe "thắng cuộc". Lập ra để chào đón tinh hoa miền Nam của bên "thua cuộc" dưới danh xưng mỹ miều: Trại "cải tạo".

Là nơi rập khuôn những trại tù gu lắc của cộng sản Nga thiết lập từ vùng Siberi lạnh giá xa xôi, dành để cầm giữ những kẻ bị lưu đày vì chống chính quyền Bôn sê vích từ một thời rất xa mà vẫn còn tồn tại đến ngày nay.

Nếu nói lịch sử chiến chinh là một sự lập lại thì đây chính là sự lập lại rõ nét nhất của mọi thời đại.

Dòng lệ thảm ướt mi người vợ trẻ
*Tiễn chồng đi không hẹn buổi quay về**

Thời thế đã đổi thay, trang sách mới đã mở nhưng vẫn còn nguyên cái luận điệu tuyên truyền gian dối từ quá khứ tàn tro:

Bài học đầu tiên, ngày cải tạo
*Mỹ xâm lăng, Ngụy lính đánh thuê...**

Từ đó là cuộc hành trình không ước lệ, là miên viễn đọa đày của những người tù không bản án. Vì nào có tội gì để quy thành án.

Và đã có ngàn người viết, chuyên hay không chuyên nghiệp, đã có ngàn ngàn trang giấy ghi lại những đọa đày khổ sai vô thời hạn ấy.

Ở đây chỉ nói đến một lớp người cầm bút mới: những người lính cựu tù cầm bút và Dương Thượng Trúc là một trong những người ấy.

Đã có rất nhiều những người tù viết về đời tù. Nhưng đa số viết như hồi ký, kể lại những sinh hoạt, những cơ cực và đôi khi cũng cường điệu gợi gắm cái uy dũng vốn không có thực vào trong ấy. Cũng có những chuyện xem như tiểu thuyết phiêu lưu thì lại thiếu tính chân thật.

Ở đây, trong "Tù khúc lưu vong" là những xao động thật, rất đời thường lại xảy ra trong bối cảnh không bình thường.

Tiếng súng đã im khắp nẻo chiến trường
Nhưng xuân về sao nghe tim lạnh lẽo
Qua lớp kẽm gai chập chùng đan chéo.
Ta thấy đời như quãng tối mùa đông... *

Là những người lính cũ, thuộc thế hệ xuyên thế kỷ của chúng ta ắt hẳn đã có nhiều người đọc: Đại Học Máu của Hà Thúc Sinh, Thép Đen của Đặng Chí Bình, Đường Đi Không Tới của Xuân Vũ hay Vượt Tù Vượt Biên của Huỳnh Công Ánh… thì chúng ta ngỡ rằng đó là những bức tranh hoàn chỉnh vẽ nên tàn tích khốc liệt của một chế độ vong bản.

Tiếc thay những bức tranh ấy còn thiếu một yếu tố là tính nhân bản tích cực trong chính mỗi một người tù.

Dù trong tù không hề quên mẹ, không quên mẹ là không quên nhà, không quên nhà là không quên nước, vẫn luôn luôn ấp ủ những hoài mong sẽ có một ngày… đó là tố chất để kết dính tình yêu và Tổ Quốc. Ta hãy nghe người tù Dương Thượng Trúc nhắn Mẹ lời bình thường nhưng tâm tư cao vời vợi:

*Từ nay xin đừng chờ Mẹ nhá
Cứ thắp hương đốt giấy hóa vàng
Hãy xem con như đứa đi hoang
Quên ngày Tết, về bên gối Mẹ.* *

Bình thường thôi nhưng mấy ai nói được lời dịu mềm mà gói cả oan khiên.

Họ là những người đã cởi áo lính, nay mang thân phận tù nhưng vẫn hoài niệm trong bi uất một thời "Giày saut áo trận":

Họ một thời kiêu dũng
Xanh màu xanh chiến y
Bây giờ thân tù tội
Trong cuộc sống ai bi*

Hoặc

Lỡ tay đánh mất cơ đồ
Hận này mang xuống đáy mồ chưa tan
Giờ trong kiếp sống gian nan
Tấm thân tù tội muôn vàn đắng cay*

Xuyên suốt tập thơ là một chuỗi mắt xích dàn trải liên kết những đoạn đời, từ thời lính qua thời tù và cuối cùng là thời lưu vong. Ở đâu, trong giai đoạn nào thì nỗi bi uất vẫn không nguôi ngoai, tác giả không nói nhiều về sinh hoạt tù nhưng lại nói nhiều hơn ai cả trong chính những bi uất tưởng là nhỏ nhoi nhưng lại chứa đầy tâm huyết.

Tác giả không ngừng nghĩ về một thời lính cũ: đó là nợ nước, không quên gởi lời dịu dàng về mẹ: đó là tình nhà là quê hương và luôn tri ân người phối ngẫu về một dáng kiều thơm, vì thế thời phải bước xuống đời bương chải nuôi con, nuôi chồng, vạn dặm đường xa.

Trèo non vượt suối băng ngàn
Rừng sâu núi thẳm muôn vàn hiểm nguy
Để hoang phế tuổi xuân thì
Tay mang vai gánh, em đi thăm chồng. *

Càng đọc càng thấy thấm, lệ có thể rơi nhạt nhòa trang giấy nhưng vẫn còn nguyên những nghẹn ngào tâm cảm cho một thế hệ người phải xuống ruộng thay trâu làm nên cơm gạo cho ngạ quỷ chứ không phải cho mình. Bởi vì sau những ngày nối ngày lao cải thì chiều về... "vũ như cẩn":

Ngày hai bữa đỡ lòng lưng bát sắn
Năm thuở mười thì, mới thấy hột cơm
Những hột cơm nấu từ bao gạo mốc
Nhấm nháp vào sao vẫn dậy mùi thơm... *

Hay tệ hơn:

Ăn mối chúa, chưa ai từng dám
Ngoại trừ là những kẻ khổ sai
Gặp con gì nhúc nhích cũng nhai
Ăn để sống, để mà tồn tại... *

Cứ thế cho đến ngày được trả về đời, ra khỏi nhà tù nhỏ là bước vào thế giới của nhà tù lớn. Những giai đoạn này những người tù sống sót đều có trải qua, người về người ở lại tình tù còn nhiều quá những quan hoài:

Những nụ cười thoáng nở... rất mong manh
Để chúc mừng một tên tù mãn án
Từ ngày mai, ta qua thời vận hạn
Còn biết bao bè bạn ở lại đây
Những nhục nhằn, những đói rét đắng cay *

Vâng, làm sao quên được những đói rét đắng cay ấy, nó đã trở thành vết thương ẩn sâu trong ký ức không thể nào lành mỗi khi nhắc đến.

Bao nhiêu năm đã trôi qua, đời người hữu hạn nhưng trái tim của người lính, người tù, vẫn vô hạn như đại dương mênh mông đầy sóng vỗ, làm đau nhức những đời thuyền lưu vong viễn xứ. Thói thường vẫn biết rằng chỗ nào về ấy là nhà nhưng có nhà nào bằng căn nhà quê mẹ, vì căn nhà ấy được dựng ngay trên chính quê hường mình:

Đời của chúng mình, người lính chiến,
Một thời ngang dọc, giữ quê hương.
Giờ mang thân phận thằng lưu lạc
Nhìn lại non sông luống đoạn trường. *

Người tù, người lính Dương Thượng Trúc dù có ta thán bao nhiêu thì qua thi tập "Tù khúc lưu vong" đã là một bằng chứng cho thấy là tác giả đã sống hết mình, sống chí tình trong bất kỳ hoàn cảnh nào.

Từ tháng tư xưa buông gươm bỏ súng, vào tù và nay sống lưu vong, thì tinh thần người lính Mũ Nâu vẫn bàng bạc trong thơ văn của chính tác giả, thể hiện rõ nét qua những sinh hoạt văn hóa không mỏi mệt. Bỏ súng cầm bút mà trung thực với ngòi bút của mình là điều không dễ.

Nhất là khi mà trong người vẫn còn nguyên máu lính:

Hãy nói nữa đi, thằng bạn cũ,
Nói về ngày tháng lắm gian nan.
Gạo sấy, lương khô mà thấy đủ,
Ầm ầm pháo địch vẫn cười vang. *

Người viết không làm công việc phê bình, cũng không phải chắp cánh cho cọp bay.

Chỉ viết đôi điều thay lời cám ơn tác giả đã cho đọc bản thảo mà nội dung đã nói hộ tôi những điều muốn nói từ lâu nhưng vẫn chưa nói được.

Túy Hà
Chủ Tịch Trung Tâm Văn Bút Nam Hoa Kỳ

* Chữ in nghiêng là thơ Dương Thượng Trúc

Một năm có đến mười hai tháng
Sao quặn lòng đau mỗi tháng Tư
Nửa đời lận đận thân phiêu lãng
Vọng hướng cố hương dạ nát nhừ.

Lời yêu thương trao Nhỏ
(riêng một người)

Em có biết anh thương em nhiều lắm
Nhưng Nhỏ ơi, đời ngang trái vô cùng
Nên giọt sầu, em vương trên má thắm
Biết bao giờ tìm được lối đi chung

Nhỏ giận hờn, bảo anh không yêu Nhỏ
Mà chỉ là chuyện ong bướm vu vơ
Đừng nghĩ thế, lòng anh buồn ghê đó
Bóng hình ai luôn ẩn hiện trong mơ

Mỗi nốt nhạc là ngàn lời âu yếm
Mỗi vần thơ là vạn nụ môi hôn
Chiều dừng quân, trời giăng buồn mây tím
Nhớ... Nhỏ ơi! Nhớ quay quắt tâm hồn.

Xin trọn tin vào tình yêu anh nhé.
Để xuân về đời thắm nở ngàn hoa
Cho mắt ai không còn hoen ngấn lệ
Biển dâu nào, mình cũng chẳng lìa xa

Mùa Xuân miên viễn

Khi em buồn rừng cây sầu úa lá
Phai sắc xanh tơi tả rụng ven đồi
Khi em buồn hoa thắm nhạt màu tươi
Chim muông cũng ngại ngùng buông tiếng hót

Khi em buồn gió giật mình thảng thốt
Mây ngừng trôi, nắng thoi thóp lưng trời
Tinh tú nào đang lặng lẽ đơn côi
Để chia sẻ với em điều thầm kín

Khi em buồn xuân sẽ không còn đến
Và mai đào không khoe sắc hồng tươi
Lời thơ anh nhuốm thêm nét ngậm ngùi
Và hồn nhạc cũng buông cung ai oán

Đừng buồn em, tâm tình anh đã cạn
Hãy vui lên cho hoa lá đâm chồi
Cho tình mình vằng vặc ánh trăng soi
Và mùa xuân sẽ là xuân miên viễn

Nhịp đập nhỏ nhoi

(Pleiku thu 1970
Nhuận sắc Thu 2010)

Bởi yêu em anh mơ thành thi sĩ.
Tập gieo vần với hai chữ tình yêu.
Để từng đêm chìm vào cơn mộng mị.
Mơ dáng em ngoan, tha thướt mỹ miều.

Bởi yêu em anh ước thành văn sĩ.
Trải lòng mình trên trang giấy trinh nguyên.
Để lời văn thêm ngọt ngào hương vị.
Và tình anh như giọt nước Cam Tuyền.

Bởi yêu em anh mộng thành nhạc sĩ.
Dệt cung tơ ru giấc ngủ em nồng.
Gieo âm thanh bằng vạn lời chung thủy.
Để ngàn sau anh vẫn mãi chờ mong.

Bởi yêu em anh muốn làm tất cả.
Chỉ vì em và chỉ có em thôi.
Dẫu tim em có lạnh lùng băng giá.
Anh sẽ làm một nhịp đập nhỏ nhoi.

Phố cũ chiều Thu

Thu buồn lặng lẽ qua lối xưa.
Nhìn hàng phố cũ dưới làn mưa.
Hắt hiu cánh lá vàng rơi rụng.
Tơi tả bay theo ngọn gió đùa.

Góc phố ngày nào quen biết nhau.
Nụ hôn trao vội thuở ban đầu.
Những lần hò hẹn ta về phép.
Không gian như đổi sắc thay màu.

Kỷ niệm thuở nào vẫn còn đây.
Buồn vui, thương nhớ vẫn đong đầy.
Cố nhân giờ đã xa biền biệt.
Tất cả tàn phai với tháng ngày.

Ta quay bước đi, lòng trĩu buồn.
Giọt dài, giọt ngắn vẫn mưa tuôn.
Sao nghe mằn mặn trên môi đắng.
Mặn ở trên môi đắng cả hồn.

Trương Minh Ký cuối thu 1970

Phố cũ chiều Thu
(Bài họa)

Còn lại mình em trên phố xưa
Chiều Thu se lạnh lất phất mưa
Lối mòn trơn ướt mình em bước
Cỏ cây buồn rũ trước gió đùa

Nhớ lại thuở nào ta có nhau
Tình yêu e ấp mộng ban đầu
Những lần hò hẹn tim xao xuyến
Mong tình thắm mãi chẳng phai màu

Câu thề năm cũ còn lại đây
Nỗi nhớ trong em vẫn đong đầy
Nơi xa anh biết em chờ đợi ?
Héo hắt tuổi xuân với tháng ngày

Dẫu biết anh yêu, em vẫn buồn
Mưa ơi! đừng tạnh, hãy cứ tuôn
Để cho suối lệ hòa mưa chảy
Nghẹn nghẹn trong tim, lạnh cả hồn.

Sương Sương

LỤC BÁT VÀ NHỮNG ĐOẠN ĐỜI

Đêm trong rừng thẳm

Đêm dâng nỗi nhớ ngập hồn,
Sương gây gây lạnh, giữa cồn rêu xanh.
Thì thào ngọn gió lướt nhanh,
Sao trời lơ lững, tơ mành buông lơi,
Dặt dìu tiếng đạn xa khơi,
Cỏ cây tan tác, hồn người lênh đênh.

Đêm Quân y viện

Bỗng từ khoảng trống mông mênh,
Chợt quay về kiếp bồng bềnh nổi trôi.
Súng gươm, bạn cũ đâu rồi?
Ta còn ta với thân tơi tả sầu.
Trắng tay, trắng cả mái đầu.
Nghe hồn lịm chết giữa màu tóc tang.

Đêm trong thành phố

Ngồi nhìn khói thuốc mang mang,
Ta đơn côi giữa muôn ngàn phồn hoa.
Gạt ngoài ánh mắt xót xa.
Ực từng ngụm đắng, men ngà lên ngôi.
Khung trời này chỉ ta thôi,
Bơ vơ đi giữa muôn loài thú hoang.

Pleiku, 12-1971

Ngày xưa... Hò hẹn

Chiều nay vừa tan học,
Anh chờ trước cổng trường,
Em nghe lòng xao xuyến,
Hoa ngạt ngào đưa hương.

Bạn bè cười khúc khích,
Em ..đôi má đỏ bừng,
Hai tay sao thừa thãi,
Hai chân cứ ... ngập ngừng.

Đôi ta cùng sánh bước,
Trên con đường quen thân,
Chiều cuối Thu ảm đạm,
Mà nghe lòng đang Xuân

Gặp nhau trong giây lát,
Vài giờ phép hiếm hoi,
Rồi ngày mai xa cách,
Mỗi đứa một phương trời,

Em nguyện làm Chinh phụ,
Dõi theo bước Chinh phu,
Chiều chiều ra tựa cửa,
Mắt ngóng về biên khu .

Tình đôi ta thật đẹp,
Nhưng tràn ngập nhớ nhung,
Chia tay nhau lần nữa,
Biết bao giờ tương phùng ...

Pleiku, chiều thu 1972

Có mấy người đi hẹn trở về?

Từ dạo dấn thân vào binh lửa.
bỏ lại sau lưng tuổi học trò,
bỏ lại sau lưng bao mộng ước.
và những cuộc tình đẹp như thơ.

dấu chân in khắp vùng đất nước,
cao nguyên sương lạnh những đêm buồn.
đếm ánh hỏa châu, ngồi gác giặc.
xạc xào trong gió, lá vàng tuôn.

phố buồn từ độ vào Thu ấy,
tiếng guốc khua thềm vắng bóng ai.
chỉ nghe nhung nhớ tràn mi mắt.
vành nón nghiêng nghiêng tóc xõa dài.

chinh chiến gian lao nhiều gai góc.
có mấy người đi, hẹn trở về?
nên hãy coi như là cơn mộng.
những ái ân xưa những hẹn thề.

Pleiku, vào Thu 1974

Nụ hôn cuối...

Chiều hôm ấy, buổi chiều mưa buồn bã
Tiễn chân ta, em doanh lệ bờ mi
Chỉ nhìn nhau không biết nói câu gì
Bao ngôn ngữ cho vơi niềm đau xót

Những yêu thương, những mặn nồng dịu ngọt
Tất cả dường như chết lịm trong tim
Mưa nhạt nhòa cho khóe hạnh buồn thêm
Mình lặng lẽ hôn nhau lần sau cuối.

Rồi từ đó, như con quay rong ruỗi
Thân tội tù sao định vị tương lai
Ta sắt se với những tháng năm dài
Vẫn mơ ước một ngày nao tái ngộ

Nhưng than ôi! Khúc tình ca dang dở
Một lần nào ta đã viết tặng em
Để bây giờ mãi trăn trở từng đêm
Nhớ vị mặn, của nụ hôn lần cuối.

Buổi chiều chia tay 26/06/1975

Đêm Trảng Lớn...

Tây Ninh nắng cháy da người
Đêm đen lộng gió, đất trời hoang vu.
Xót xa số kiếp lao tù
Đường tương lai nhuốm mịt mù tai ương

Đêm đầu tiên ở Trảng Lớn

Có sức người...

Bài học đầu tiên, ngày cải tạo
Mỹ xâm lăng, Ngụy lính đánh thuê
Nay giang sơn một mối quy về
Phải học tập để thành người tốt

Những giảng viên rặt loài ngu dốt
Nói năng như chiếc máy thu âm
Chỉ phát ra có một băng tần
Không hề chệch văn thư, nghị quyết

Bài học kế rất là đặc biệt:
"Có sức người sỏi đá thành cơm"
Nhưng con bò có thể nhai rơm
Còn con người, nào ai mà biết...

Những nghịch lý kể sao cho xiết
Thế mà bảo để dạy thành người
Dạy thành người hay kiếp đười ươi.
Chỉ khọt khẹt những trò múa rối.

Trảng Lớn, đầu tháng 07/1975

Vầng trăng lẻ loi

Đêm nay chỉ mình ta thơ thẩn
Bóng nguyệt tà chênh chếch nghiêng soi.
Hằng Nga như có chút bồi hồi
Không mơ màng ánh trăng ngày cũ

Trời cuối thu mây sầu ủ rũ
Trôi chốn nao giữa cõi vô cùng
Có mang giùm nỗi nhớ mông lung
Về nơi ấy, cùng người cô phụ

Đêm chưa sâu, niềm đau cũng đủ
Vùi kiếp người trong cảnh hoang sơ
Gió thở than âm điệu hững hờ
Sương thu lạnh thêm đời lao lý

Còn đâu nữa mùa trăng thi vị
Trải lòng qua bao áng tình thơ
Vạc kêu dồn, chợt tỉnh cơn mơ
Trăng lẻ loi, mình ta một bóng.

Một đêm trăng Trảng Lớn 1975

Trăng nửa vành...

Trăng hôm nay chỉ nửa vành
Nửa kia mờ nhạt ai đành mang đi
Áng mây đen nhuốm sầu bi
Lửng lơ che khuất những vì sao đêm

Nửa này ta, nửa kia em
Gộp chung nỗi nhớ, xoa mềm cơn đau
Mai này còn có gặp nhau
Để trăng tròn lại, đẹp màu lưu ly

Đêm Trắng Lớn 1975

Quà thôi nôi cho con...

Ngày hôm nay, mừng con tròn một tuổi.
Thôi nôi mà...con gái có vui chăng
Chắc không đâu, khi con biết được rằng
Cha con đang sống cuộc đời lây lất.

Ngày sinh con cha cũng không có mặt
Nhiệm vụ còn đang đè nặng hai vai
Dấu giày "saut" cha vẫn bước miệt mài
Đi gìn giữ bình yên cho đất mẹ

Đứa con gái đầu, xinh xinh nhỏ bé
Chưa một lần cha bồng ẵm trên tay
Khi chiến cuộc tàn, muôn nỗi đắng cay
Tình phụ tử lại chia lìa đôi ngả

Trời cuối thu, lá vàng rơi tơi tả
Cho nỗi buồn thêm quay quắt xót xa
Mừng thôi nôi con cha gởi làm quà
Chiếc lá vàng, nơi trại tù Trảng Lớn

Trảng Lớn 15/10/1975
Sinh nhật đầu tiên của trưởng nữ
Bùi Ngọc Nguyên Thủy

Mùa Xuân đầu tiên

Trảng Lớn, tháng Giêng năm 1976
Lần đầu nghe nhạc phẩm này của Văn Cao

Mùa xuân này, đâu còn là xuân nữa
Khi khắp nơi tàn úa cánh mai vàng
Hạt bắp, củ khoai thay cơm từng bữa
Sau cuộc đổi đời, lịch sử sang trang

Dòng lệ thảm ướt mi người vợ trẻ
Tiễn chồng đi không hẹn buổi quay về
"Về đi em, hãy về đi em nhé
Xem như anh ngoài ngàn dặm sơn khê"

Tóc mẹ già điểm thêm nhiều sợi bạc
Thương thằng con trong kiếp sống ngục tù
Đời tàn như lá mùa thu tan tác
Tương lai là màu đen tối âm u

Xuân ước mơ, nào có ai mơ ước
Khói bay mênh mông, gà gáy bên sông *
Còn có mùa Xuân với người thua cuộc?
Hay chỉ là những ảo vọng viển vông...

Xuân trong vòng rào kẽm gai

Cánh én lẻ loi...
lạc loài trong chiều xuân hiu hắt
Ánh tà dương, chập chờn chưa muốn tắt
Như còn nấn níu những xuân xưa

Những mùa xuân, đội nắng dầm mưa
Lặn lội nơi núi cao rừng thẳm
Đêm đồng sâu, thấy hồn len hơi ấm
Ấm tình người, tình đất nước quê hương

Thế mà nay...
Tiếng súng đã im khắp nẻo chiến trường
Nhưng xuân về sao nghe tim lạnh lẽo

Qua lớp kẽm gai chập chùng đan chéo.
Ta thấy đời như quãng tối mùa đông
Xuân buồn tênh, xuân có đến nữa không
Trong lớp kẽm gai lạnh lùng gỉ sét...

Trảng Lớn, chiều xuân 1976

Chiều mùng ba Tết...

Chiều nay chắc Mẹ đang bận rộn
Nấu mâm cơm đưa tiễn ông bà
Trên bàn thờ, còn có hương hoa
Hay lạnh tanh khói nhang hả Mẹ?

Con nơi đây, ngập trong buồn tẻ
Bữa ăn chiều lưng bát cơm ôi
Miếng thịt heo bé xíu lẻ loi
Nổi lềnh bềnh, tô canh rau muống

Con nhớ lắm những lần về muộn
Mẹ vẫn ngồi tựa cửa mong con
Dù các em mặt mũi héo hon
Vì bụng đói... thức ăn thơm quá

Từ nay xin đừng chờ Mẹ nhá
Cứ thắp hương đốt giấy hóa vàng
Hãy xem con như đứa đi hoang
Quên ngày Tết, về bên gối Mẹ.

Trảng Lớn chiều mùng 3 Tết Bính Thìn 1976

"Bi thuốc lào..."

Hai ba chàng tuổi trẻ
Xúm quanh chiếc điếu cày
Để cùng nhau hưởng "sái"
Thỏa mãn những cơn say.

Mình chia đều ra nhé
Nhớ kéo nhè nhẹ thôi.
Anh mà "chơi tụt nở"
Thì còn gì phần tôi.

Họ một thời kiêu dũng
Xanh màu xanh chiến y
Bây giờ thân tù tội
Trong cuộc sống ai bi

Nào Salem đầu lọc,
Pall mall, Melia
Chỉ còn là dĩ vãng
"Bi thuốc lào chia ba..."

*Trảng Lớn 1976,
những ngày chưa thăm nuôi 1976*

Tròn năm

Ba trăm sáu mươi lăm ngày chẵn
Lững lờ qua như áng mây bay
Chợt bâng khuâng nhớ lại tháng ngày
Gian khổ vượt núi cao rừng thẳm

Gian khổ nhiều, hiểm nguy cũng lắm
Mà sao lòng vẫn ngập niềm vui
Vẫn thấy đời còn những ngọt bùi
Hơn kiếp sống tháng năm tù tội

Thời gian qua dường như không vội.

Trảng Lớn tròn năm lao tù
26/06/1975-26/06/1976

Chuyển trại

Chiều được lệnh, mọi nhà tập họp...
Lên hội trường "quán triệt chủ trương"
Bài diễn văn dở dở, ương ương
Rằng đêm nay các anh chuyển trại

Đến một nơi văn minh hiện đại
Nơi mọi người mặc ấm, ăn ngon
Nghe sao như tiếng hót véo von
Loài chim khách đãi bôi, lừa lọc

Đã kinh qua biết bao bài học
Từ cái ngày lìa bắc vào nam
Bỏ quê hương chạy trốn tham tàn
Chạy trốn một thiên đường hư ảo

Đoàn xe Nga tràn như giông bão*
Hốt đám tù thân xác tả tơi
Đi về đâu, chỉ biết hỏi trời
Trời cũng đành cúi đầu im lặng.

* Xe Motolova của Nga

Cảm ơn...

Có em lên núi xuống đèo
Băng sông vượt suối, vai đeo, gánh gồng
Chắt chiu lặn lội thăm chồng
Khi trong rừng thẳm lúc đồng ruộng khô.

Lỡ tay đánh mất cơ đồ
Hận này mang xuống đáy mồ chưa tan
Giờ trong kiếp sống gian nan
Tấm thân tù tội muôn vàn đắng cay

Cảm ơn em chút tình này
Gọi là ghi dấu những ngày xa xưa
Cảm ơn đội nắng dầm mưa
Quà thì có ít nhưng thừa yêu thương

Cảm ơn chút nghĩa vấn vương...

An Dưỡng, những ngày đầu thăm nuôi 1977

Khô chuột...

(Kỷ niệm với anh Trường
trại tù An Dưỡng 1977)

Dân nhậu có khô đuối
Khô bò, với khô nai
Tù cải tạo đặc biệt
Làm khô chuột mới tài.

Vớ được hai chuột nhắt
Bắc nước sôi cạo lông
Nhìn con mồi trắng trẻo
Phân vân mãi trong lòng

Ăn một lúc là phí
Phải tích cốc phòng cơ.
Thế nên đem ướp muối.
Rồi phơi nắng làm khô.

Chắc thời gian còn thiếu
Muối có đủ mặn đâu
Lúc đem ra nướng thử
Lũ dòi bò lâu nhâu...

Xuân không nhà

Thêm mùa xuân nữa không nhà
Mới hai xuân, cứ ngỡ là rất lâu.
Thương em nắng dãi mưa dầu
Xuân ngoài kia có xanh màu cỏ hoa?

Ta trong rào kẽm xót xa
Đếm từng sợi nắng nhạt nhòa ước mơ
Vẫn mang hoài niệm mịt mờ
Hòn vọng phu ấy, có chờ đợi chăng?

Trại tù An Dưỡng, Tết Đinh Tỵ 1977

Quả ớt rụng...

Đêm qua mưa nặng hạt
Gió rì rào mái tôn
Dường như muốn dằn vặt
Những ưu tư trong hồn

Sáng ra, khu vườn nhỏ
Trồng dăm cây ớt xanh
Tả tơi vì mưa gió
Bao quả chín lìa cành

Thấy ớt rụng, thèm lắm
Thèm đắng cay cuộc đời
Nhưng vẫn không dám nhặt
Chỉ lén nhìn mà thôi.

Công lao mình vun xới
Sao bạc trắng như vôi
Khi đơm hoa kết nụ
Lại là của mọi người

Trại tù An Dưỡng, đêm mưa 1977

Bất chợt mùa Xuân

Bất chợt mùa Xuân đến lạnh lùng
Như đàn gieo nốt nhạc ngang cung.
Tơ lòng ai khẩy mà rung phím
Vang những thanh âm quá não nùng.

Bất chợt mùa xuân đến hững hờ
Sầu thương nhuộm tím cả hồn thơ.
Mai đào đâu nữa, mà Xuân đến.
Chỉ thấy lá vàng rơi xác xơ

Bất chợt mùa Xuân đến lặng thầm.
Khơi nguồn bao ký ức xa xăm
Tìm đâu chút hương Xuân ngày ấy.
Phai nhạt ước nguyền theo tháng năm

Bất chợt mùa Xuân đến xót xa
Thế nhân ai thấu hiểu lòng ta.
Mai Xuân trở gót ta về đất.
Nâng chén quan hà ta tiễn ta.

Đón xuân trong trại tù Suối Máu 1978
Thủy gia Trang - January 13- 2015

Vinh danh

Rì rào sóng vỗ tiếng reo vang
Hào khí bừng lên với gió ngàn
Lưỡi lê họng súng ngoài rào kẽm
Ta ở trong này vẫn hát vang

Bàn tay nắm chặt lấy bàn tay
Nụ cười ngạo nghễ, ướt môi cay.
Chung lưng đấu cật, dù gian khổ
Ta phải vinh danh cuộc chiến này

Niềm tin quyết giữ vững trong tim
Như giữ mặt trời trong bóng đêm
Dù phải hy sinh vì lý tưởng
Cuộc đời này chắc sẽ đẹp thêm

Cầu xin thượng đế ở trên cao
Tuôn đổ hồng ân xuống dạt dào
Cho người dân Việt qua khổ nạn
Cho đời giảm bớt những thương đau

Noel năm 1978, tại trại tù Suối Máu

Đêm chào cờ, trại tù Suối Máu
(Tại K.4, sau biến cố Noel 1978)

Kỳ lạ thay cái đêm hôm ấy
Là một đêm ghi nhớ suốt đời
Trên bức tường loang lổ phấn vôi
Nổi lên lá "Cờ Vàng Sọc Đỏ"

Bài Quốc ca dần dần vang rõ
Những âm thanh xoáy thẳng vào hồn
Cho tình yêu Tổ quốc sâu hơn
Ngay trong lòng ngục tù cộng sản

Rồi ngày mai biết bao hoạn nạn
Đang đợi chờ nơi những phòng giam
Xác thân này hủy diệt cũng cam
Dưới quốc kỳ, một lần ta hát

Xin cảm ơn tấm lòng xanh ngát
Truyền cho tôi thêm vững niềm tin
Như vầng dương soi rọi bóng đêm
Buổi chào cờ, trại tù Suối Máu.

Bỏ phố lên rừng

Hôm nay bỏ phố lên rừng
Núi đồi Xuyên Mộc đón mừng quân ta
Hàng cây rũ bóng la đà
Giai nhân đâu, chén quan hà tiễn đưa

Xuân ơi! Xuân sắp tàn chưa
Để ta dựng lại những mùa xuân sau
Cho đời vơi bớt thương đau
Mùa xuân Xuyên Mộc xanh màu cỏ hoa.

Tháng 2-1979

Tiếng kẻng gọi hồn

Mỗi buổi sáng giật mình nghe tiếng kẻng.
Như tiếng gọi hồn từ cõi u minh
Những xác thân chẳng ra dạng ra hình
Bật ngồi dậy, lo cuốn màn cuốn chiếu.

Chốn tù đày miếng ăn thì rất thiếu
Nhưng lại thừa bao nhiêu nỗi âu lo.
Bốn tấc một người, muốn duỗi muốn co
Miễn đừng đụng đến bạn tù bên cạnh

Tiếng quản giáo bỗng vang lên lanh lảnh
"Tập họp mau... chớ mà có lề mề..."
Lời thét gào pha lẫn tiếng "Súp lê"
Như bản đồng ca vọng từ ngục tối.

Một ngày khổ sai chẳng gì thay đổi
Vác cuốc ra rừng, đục đá dời non
Tuổi thanh xuân theo ngày tháng hao mòn
Mỗi buổi sáng giật mình nghe tiếng kẻng...

Xuyên Mộc, mùa hạ 1979

Lát sắn mốc

Như một con lợn đói
Ngồi trước máng cám đầy
Sao lại không vục mõm
Hăm hở mà đớp ngay

Ta không phải là lợn
Cám chẳng phải cám đâu
Nghe mùi thôi đã nhợn
Chua lét bốc lên đầu

Những lát sắn thiu mốc
Mang về từ Trường Sơn
Chứa biết bao chất độc*
Giết dần sức sinh tồn

Một thiên đường hư ảo
Nuôi dưỡng những người tù
Bằng thức ăn cho lợn
Hận này đến ngàn thu.

Trại tù Xuyên Mộc, 03/1980

* Vỏ lụa của sắn chứa hàm lượng cyanua rất cao.
Đây là một chất cực độc.

Chờ mẹ thăm nuôi.
(Tưởng niệm ngày mẹ ra đi 24/8/2011)

Mẹ ơi! Con nhớ mẹ nhiều!
Nhớ trưa nắng đổ, nhớ chiều mưa rơi.
Manh quần tấm áo tả tơi.
Mẹ ngồi vá víu mảnh đời buồn tênh.

Núi rừng Xuyên Mộc mông mênh.
Chắt chiu từng hạt muối dành thăm con.
Tháng năm tuổi hạc hao mòn.
Thằng con khốn khổ vẫn còn lao lung.

Dù bao đói khát lạnh lùng.
Bao gian khổ giữa núi rừng hoang vu.
Nhưng lòng con vẫn ước mơ.
Được sống lại lúc đợi chờ thăm nuôi.

Vì còn có mẹ trên đời...

Xuyên Mộc Xuân Canh Thân 1980

Chinh phụ ngày nay

Em như chinh phụ ngày xưa
Bế con lên núi, nắng mưa dãi dầu.
Trải qua bao cuộc biển dâu
Bóng chinh phu vẫn nhạt màu quan san

Trèo non vượt suối băng ngàn
Rừng sâu núi thẳm muôn vàn hiểm nguy
Để hoang phế tuổi xuân thì
Tay mang vai gánh, em đi thăm chồng.

Xuyên Mộc, 1979

Con mối chúa

Một ụ mối... rồi hai ụ mối...
Phải nhanh tay đào bới chúng lên
Tên tù nhân vừa gặp vận hên
Cơ thể được bổ sung chất đạm

Ăn mối chúa, chưa ai từng dám
Ngoại trừ là những kẻ khổ sai
Gặp con gì nhúc nhích cũng nhai
Ăn để sống, để mà tồn tại

Chân phù thũng, mặt mày xanh tái
Nhờ sống trong đất nước thiên đàng
Kim chỉ nam: Lao động vinh quang
Bọn trí thức vứt vào sọt rác

Mối chớ trách sao ta độc ác
Mà phải biết "Sống vì mọi người"
Như khẩu hiệu của lũ đười ươi
Xác thân ngươi để ta hưởng dụng.

Trại tù Xuyên Mộc 1979

Vạn dặm thăm chồng

*(Kính tặng những người phụ nữ
lặn lội thăm chồng trong các trại tù CS.)*

Thương em nón lá bung vành
Trèo non lội suối thăm anh thuở nào
Ra về bước thấp bước cao
Nước mưa, nước mắt lẫn vào nước non.

(Khuyết danh)
Xuyên Mộc 1979.

Đường em đi trèo non lội suối
Đường em đi gió bụi mịt mùng
Thăm chồng lâm cảnh lao lung
Mồ hôi ướt đẫm cả rừng núi xanh

Thân liễu yếu mong manh bé nhỏ
Vượt qua bao gian khổ nguy nàn
Sá gì cách trở quan san
Ngại gì mấy chuyến đò ngang, sông dài

Em cứ đi, miệt mài vững bước
Nam Bắc Trung, xuôi ngược đó đây.
Thương yêu vẫn mãi đong đầy
Theo chân anh những tháng ngày xông pha.

Tình em là đóa hoa chung thủy
Đơn sơ mà cao quý vô ngần
Ngàn sau vọng tiếng chuông ngân
Trung trinh tiết liệt phong vân rạng ngời.

Nuôi tù

Ta ở nơi này núi cao rừng thẳm
Mưa nắng hai mùa, manh áo tả tơi
Người bảo ta, đã trót gây tội lỗi
Nay nai lưng cày cuốc trả nợ đời

Ngày hai bữa đỡ lòng lưng bát sắn
Năm thuở mười thì, mới thấy hột cơm
Những hột cơm nấu từ bao gạo mốc
Nhấm nháp vào sao vẫn dậy mùi thơm

Em tuổi ngọc trong chăn êm nệm ấm
Gót son mềm nay bương chải phong ba
Vạn dặm quan san, băng đồng vượt suối
Đôi vai em gồng gánh cả sơn hà

Từng hạt muối, từng cục đường mặn đắng
Đường mặn vì thấm đẫm giọt mồ hôi
Nuôi dưỡng thân ta, người tù tay trắng
Sự nghiệp công danh, trả lại cho đời.

Trại tù Xuyên Mộc, 1979

Xuyên Mộc tàn Xuân

Xuân này nữa đã mấy mùa xuân
Ước vọng ngày xanh cạn kiệt dần
Những đóa hoa rừng u ám nở
Chúc mừng hay đang khóc mùa xuân

Ngoài kia nắng mới có reo vui?
Hay cũng hắt hiu trước dập vùi
Én có chao nghiêng trời xanh biếc
Để nhớ xuân xưa luống ngậm ngùi

Xuân có còn là xuân nữa không
Để má em thơ phớt sắc hồng
Cho môi em điểm thêm màu đỏ
Tiếng cười hạnh phúc rộn thinh không

Tuổi trẻ đương xuân, đã vội tàn
Kể từ dòng lịch sử sang trang
Niềm vui được đổi bằng ngấn lệ
Tiếng pháo thay bằng tiếng khóc than.

Xuyên Mộc hạ vàng

Nắng hạ vàng hiu hắt
Trên những chồi non xanh
Hạ ở đây buồn bã
Cơn gió lùa mong manh

Mồ hôi từng giọt đổ
Tưới xuống cánh đồng khô
Giọt nước mắt nào nhỏ
Trên những nấm hoang mồ

Bạn bè ta nằm đó
Giữa núi rừng hoang vu
Không một chút nhang khói
Chỉ gió bụi mịt mù

Bao nhiêu là tri thức
Bao sở học mênh mang
Vùi chôn nơi tù ngục
Thiêu cháy trong hạ vàng.

Em cứ đi...

Em cứ đi... con đường đã chọn
Nhắc làm gì những điều nhỏ mọn
Ký ức một thời bước chung đôi
Tất cả rồi cũng sẽ phai phôi

Tất cả sẽ trôi vào quên lãng.
Đâu có chi vững bền năm tháng
Đâu gì tồn tại với thời gian
Hãy xem như gió núi mây ngàn

Như cơn mộng thoáng qua giây lát
Dấu chân nào hằn lâu trên cát
Trước sóng triều xô dạt ngày đêm
Về đi em, hãy về đi em

Em cứ đi con đường đã chọn...

Mùa mưa Xuyên Mộc

Thăm nuôi lần cuối

Mùa hạ ấy, em thăm lần cuối.
Lời ngập ngừng khó nói thành câu
Mưa ngoài trời sùi sụt giọt ngâu
Hay dòng lệ từ trong tâm khảm

Rừng cây khô nhuốm màu u ám
Cho nỗi buồn dậy sóng tim ta
Trước sau gì rồi cũng chia xa
Cứ im lặng vẫn hơn em nhé

Thời gian trôi, vẫn trôi lặng lẽ
Chờ mong gì ước vọng viễn vông
Tuổi xuân em nhạt sắc phai hồng
Ta thì vẫn kiếp đời biệt xứ

Rồi mai đây nhớ về quá khứ
Cũng đừng buồn đừng tủi em ơi!
Tình đôi mình như ánh sao rơi.
Lịm tắt giữa ngân hà vô tận.

Trại tù Xuyên Mộc vào hạ 1980

Ta vẫn là ta

Ta vẫn là ta của ngày xưa,
của rừng của núi của gió mưa.
của đêm chờ giặc lòng xao xuyến,
đếm hỏa châu rơi đón giao thừa.

Ta vẫn là ta thuở chiến chinh,
thuở còn kiêu hãnh áo nhà binh.
hiên ngang xông xáo trong lửa đạn,
có xá kể gì chuyện tử sinh.

Ta vẫn là ta của ước mơ,
đem tình yêu đó dệt vần thơ.
gởi người em gái bên song cửa,
năm tháng phôi pha vẫn đợi chờ.

Ta vẫn là ta chẳng đổi thay!
dù bao gian khổ kiếp lưu đày.
dù bao dâu biển đời hoang phế,
ngạo nghễ cười vang trước đắng cay.

Đêm buồn núi rừng Xuyên Mộc, 1980

Đọc "Hổ nhớ rừng" đêm mưa Xuyên Mộc

Đọc "hổ nhớ rừng" đêm Xuyên Mộc
Sao nghe rờn rợn cả thịt da
Ngoài chấn song, trăng cũng sắp tà
Hương gió núi thấm vào phế phủ

Như hổ nhớ thời tung hoành cũ
Gậm nỗi buồn ngày tháng dần trôi.
Trước lũ người đần độn dở hơi
Luôn tự xưng "đỉnh cao trí tuệ"

Hỡi oai linh, nước non hùng vĩ*
Nơi thênh thang vùng vẫy ngày xưa*
Nơi ta chẳng còn thấy bao giờ*
Ta đợi chết mặt trời gay gắt*

Đâu những chiều tà dương vừa tắt
Bên rừng già hạ trại đóng quân
Lính với quan hòa ái quây quần
Mừng một ngày vẫn còn nguyên vẹn.

Nay nằm đây thấy lòng tủi thẹn
Nhớ mênh mang như hổ nhớ rừng
Nhìn giang san mà giọt lệ rưng
Rừng xanh ơi còn đâu ngày cũ.

Trại tù Xuyên Mộc, một đêm trăng 1980
* Thơ Thế Lữ

Gởi lại cố nhân

Mình gặp nhau buổi chiều xa xôi ấy
Kỷ niệm ngày xưa nói mấy cho vừa
Sàigòn đẹp sao tháng sáu trời mưa
Là cái duyên để chúng mình quen biết

Nụ cười xinh xinh, tia nhìn tha thiết
Theo gót chinh nhân khắp nẻo quân hành
Đêm tiền đồn, nhìn sao sáng long lanh
Anh mơ tưởng đôi mắt huyền yêu dấu

Bao tháng năm vẫn miệt mài chiến đấu
Quyết giữ gìn từng tấc đất quê hương
Nhưng hỡi ơi! Một thảm cảnh khôn lường
Đưa dân tộc vào cùm gông tăm tối

Vận nước điêu linh, đời anh trôi nổi
Bao máu xương đánh đổi kiếp tội tù
Đường tương lai là bóng tối âm u
Mộng ước xưa cũng nghìn trùng diệu vợi

Cố nhân ơi! Còn chi mà mong đợi
Chuyện chúng mình như gió thoảng mây bay
Gặp lại nhau trong nước mắt vơi đầy
Gợi kỷ niệm buổi chiều mưa tháng sáu

Cám ơn em! Chút tình còn ghi dấu
Của một thời đầy ắp những mộng mơ
Gửi lại cố nhân năm tháng đợi chờ
Đủ dài để nối hai bờ Ô Thước...

Hiệu đính 25/10/2015

Nén hương cho cuộc tình

Cảm ơn em đã thăm nuôi lần cuối
Dù kèm theo là lời nói buốt lòng
Tôi chẳng buồn và cũng chẳng hoài mong
Một Tô Thị giữa biển dâu thế cuộc

Đường đã chọn thì xin em cứ bước
Đừng ngoái nhìn những ngày tháng xa xôi
Đừng u sầu lặng lẽ đếm mưa rơi
Đừng nhớ nữa, xin em đừng nhớ nữa

Đừng em nhé, đừng cho dòng lệ ứa
Giọt lệ nào xoa dịu nỗi thương đau
Tôi và em đã lỡ một nhịp cầu
Có tiếc nuối cũng chỉ là kỷ niệm

Tôi ở chốn này trong vòng rào kẽm
Chôn lấp tuổi xuân bên cánh rừng già
Xin thắp nén hương cho cuộc tình ta
Cảm ơn em đã thăm nuôi lần cuối.

Tháng mưa Ngâu rừng già Xuyên Mộc

Một thoáng Thu ta

Thu người một thoáng chơi vơi
Thu ta bàng bạc khung trời tịch miên
Xanh xanh cánh lá dịu hiền
Mùa đông trở giấc ngả nghiêng dật dờ

Dòng đời cứ ngỡ như mơ
Trải hồn vào những áng thơ ngọt ngào
Đốt dần ngày tháng xanh xao
Héo hon tuổi mộng, hư hao xuân thì

Vàng phai cho lệ hoen mi
Khắc sâu một thoáng Thu đi theo người
Hương nồng còn thoảng chơi vơi
Sao tình như chiếc lá rơi cuối mùa.

Xuyên Mộc, mùa thu 1980

Ta giữ riêng ta một nỗi sầu

Ai sẽ cùng ta chia nỗi sầu
Những đêm rả rích tiếng mưa ngâu
Vi vu gió thổi ngoài hiên lạnh
Gió thổi về đâu, gió về đâu?

Ta biết cùng ai chia nỗi sầu
Một đời hoang phế những thương đau
Lần tay đếm lại mùa xuân cũ
Mộng ước tìm đâu, biết tìm đâu

Xin chớ vì ta chia nỗi sầu
Tuổi hồng em cũng sẽ qua mau
Sắc hương phai nhạt cùng năm tháng
Thì đừng nhung nhớ, nhớ chi nhau

Ta giữ riêng ta một nỗi sầu
Để làm di sản kiếp mai sau
Đem vào huyệt lạnh niềm chua xót
Xoa dịu hồn ta, những cơn đau

Đêm mưa Xuyên Mộc, 1980

Đừng giữ riêng anh một nỗi sầu
(Cảm tác bài thơ "Ta giữ riêng ta một nỗi sầu")

Em sẽ cùng anh chia nỗi sầu
Mong anh vơi bớt những thương đau
Những đêm gió rít từng cơn lạnh
Ta vẫn bên nhau. Ta có nhau

Em sẽ cùng anh chia nỗi sầu
Bây giờ và mãi đến mai sau
Anh ơi tiếc nuối chi chuyện cũ
Mộng ước xưa tìm chẳng gặp đâu

Em muốn cùng anh chia nỗi sầu
Biết rằng tuổi ngọc sẽ qua mau
Chắc không vì thế mà anh nỡ
Bỏ lại mình em đơn lẻ sao

Đừng giữ riêng anh một nỗi sầu
Buồn vui mình san sẻ cùng nhau
Đừng đem chua xót vào huyệt lạnh
Để hồn thanh thản... lúc gặp nhau.

Bảo Ngọc

Bi khúc

Ta không là tráng sĩ Kinh Kha
Để một lần vượt qua Sông Dịch
Lỡ cuộc cờ, sa vào tay địch
Ta làm thân trâu ngựa tội tù

Đêm núi rừng gió rít vi vu
Tựa những lời oán than hờn trách
Trong bụi cỏ, lùm cây lau lách
Oan hồn nào vất vưởng quanh đây

Chiến hữu xưa, thân xác nơi này
Không mộ chí không nhang không khói
Vó ngựa hồng chồn chân mỏi gối
Ta sống mà chẳng khác thây ma

Vẳng trong hồn dậy khúc quân ca
Gợi lại thuở chiến chinh máu lửa
Hùm thiêng xưa nay còn đâu nữa
Mà chỉ còn tiếng vọng bi ai.

Xuyên Mộc, thu 1980

Xuyên Mộc đông buồn

Rì rào gió lạnh rít bên song
Như tiếng thở than tận đáy lòng
Chinh chiến dãi dầu thân lận đận
Tội tù đeo đẳng kiếp long đong

Đông buồn chi mấy thế đông ơi
Cho xót xa thêm những phận người
Chiếc lá xanh non mùa giông bão
Héo hắt chực chờ lúc rụng rơi

Đếm mùa đếm tháng, đếm ngày qua
Bên chấn song thưa ước mộng nhòa
Yêu thương vỗ cánh, tình ly biệt
Đêm lạnh trong tù ta với ta

Hết đông rồi có đến mùa Xuân?
Khổ đau dịu bớt một đôi phần
Để những canh khuya thôi trằn trọc
Đời thôi lãng đãng áng phù vân.

Mãn tù...

Trong cái nắng âm u...
chiều thu Xuyên Mộc
Ta tưởng như tiếng sấm nổ bên tai
Tên mình hay tên ai?
Là tên mình hay tên ai?

Những âm thanh vẫn vang vọng kéo dài
Để xác định ta không mơ, mà đang tỉnh...

Chiếc lá thu dường như cũng luýnh quýnh
Rơi xuống bìa rừng khi màu vẫn còn xanh
Những nụ cười thoáng nở... rất mong manh
Để chúc mừng một tên tù mãn án

Từ ngày mai, ta qua thời vận hạn
Còn biết bao bè bạn ở lại đây
Những nhục nhằn, những đói rét đắng cay
Sẽ đeo đẳng đến bao giờ... ai biết.

Sinh lực tuổi xuân dần dà cạn kiệt
Những đại bàng, những mãnh hổ ngày xưa
Nay lất lây trong kiếp sống thừa
Ôi! Nỗi đau của những người thất trận...

Từ nhà tù con... ôm theo mối hận
Ta đi ra nhà tù lớn ngoài kia.
Cũng vẫn là những thương đau...
những chia cắt đoạn lìa
Trong nước mắt và trong niềm tủi nhục...

Trại tù Xuyên Mộc cuối tháng 8/1980
Nhuận sắc tháng 8/2000

Chiều mưa dĩ vãng

(Gởi người St. Thomas ngày xưa...)

Nhớ chiều mưa năm ấy.
Anh mới được ra tù.
Nhìn tương lai chỉ thấy.
Một màu đen âm u.

Mẹ già đi kinh tế.
Cho con trai sớm về.
Đời đâu giản đơn thế.
Mọi người đều u mê.

Năm năm trời xa cách.
Nghĩa phu thê nhạt phai.
Cũng chẳng hề oán trách.
Cuộc sống đầy chông gai.

Thế mà em lại đến.
Như nàng tiên trong mơ.
Mang theo bao kỷ niệm.
Hạnh phúc thật bất ngờ.

Dìu nhau trong mưa lạnh.
Mà ấm áp tâm hồn.
Cầu cho mưa đừng tạnh.
Để mình gần nhau hơn.

Giờ anh vẫn ao ước.
Dù chỉ một lần thôi.
Được cùng em chung bước.
Đâu ngại gì mưa rơi!

Tháng 9 năm 1980

Hay tình xưa đã...

Ta tìm em giữa Sài Gòn
Cảnh vật lạ lẫm chẳng còn nét quen
Đường xá thay họ đổi tên
Nhìn con phố cũ lòng mềm xót xa

Giăng giăng mưa bụi nhạt nhòa
Giọt Ngâu tí tách hay là lệ rơi
Người không nhìn rõ mặt người
Sau lớp mặt nạ sống đời dối gian

Chiều nay đếm bước lang thang
Ta tìm em với vô vàn nỗi đau
Biết còn có gặp lại nhau
Hay tình xưa đã bạc màu tháng năm?

Mùa hạ 1981

Hương xưa vọng tiếng

Tình cờ ghé lại thăm em.
Ai đem tơ nhện giăng lên khung sầu
Xót xa nước chảy chân cầu.
Lăn tăn sóng vỗ giọt châu thấm buồn.

Còn gì đâu để vấn vương?
Ngày vui thuở ấy hồn thương tiếc hoài.
Tưởng rằng năm tháng nguôi ngoai.
Sầu đong khắc khoải đêm dài năm canh.

Thoảng đâu cơn gió khua mành.
Hương xưa vọng tiếng trên cành… sương rơi.

Lăng Cha Cả 1985

Đêm say

Đêm nay ta muốn uống cho say.
Say để quên đi những tháng ngày…
Quên vòng tay ấm chiều đông lạnh.
Quên mái tóc bồng hương ngất ngây.

Đêm nay ta muốn uống thật nhiều.
Men nồng đốt cháy mọi thương yêu.
Vùi chôn nỗi nhớ vào tâm thức.
Ký ức mờ phai dáng diễm kiều.

Đêm nay ta uống giữa ngàn sao.
Rặng liễu ven sông khẽ thì thào.
Ngỡ bước ai về qua lối cũ.
Chếnh choáng mà hồn ngỡ chiêm bao.

Rượu đã cạn rồi, sao chẳng say?
Chỉ nghe kỷ niệm vẫn đọa đày.
Và bao nhung nhớ tràn tim óc.
Để hồn ngập ngụa trong đắng cay.

Thanh Đa, lập Đông 1986

Bất chợt

Hãy để mình ta với bóng đêm
Niềm vui tựa cánh lá rơi thềm
Những lời âu yếm theo cơn gió
Nhắc lại cho lòng đau đớn thêm

Bất chợt niềm vui đến thật mau
Xua tan bao phiền muộn u sầu
Nhưng rồi tình cũng theo mây gió
Để lại hồn ta những nỗi đau

Ta ngỡ mùa xuân mới đã về
Hương xuân dìu dịu nắng vân vê
Mai đào đua nở chào xuân đến
Nào ngờ đông lạnh hồn tái tê

Ta vẫn còn đây trọn nỗi buồn
Chia ly người có lệ sầu tuôn
Hay rồi cũng sẽ như con nước
Về với biển khơi chẳng nhớ nguồn.

Bài hát
của người thương binh mù...

Ta lặng lặng trầm tư,
Người nghệ sĩ mù rải nhẹ mấy đường tơ,
rồi buông giọng hát.
Hòa theo cung bậc ngũ âm,
tiếng hát anh nghe buồn mán mác,
Bài hát nói về những chàng trai trẻ,
thuở non nước loạn ly.

Từ giã mái ấm gia đình, anh cất bước ra đi,
bỏ lại sau lưng, một trời hoa mộng,
bỏ lại sau lưng tương lai mở rộng,
bỏ lại sau lưng những cuống quýt hẹn hò.
Anh ra đi để gìn giữ tự do,
Và ngăn chặn bước chân loài quỷ đỏ.

Bao tháng năm dạn dày sương gió,
Dấu chân in khắp nẻo chiến trường.
Đêm tiền đồn, thư viết gởi em gái hậu phương.
Xin hẹn gặp, một ngày mai,
khi quê hương không còn bóng giặc.

Rồi một buổi chiều nao,
trên chiến trường cao nguyên tây bắc,
Khi quân thù đông gấp năm lần,
dùng chiến thuật "tiền pháo hậu xung".
Bao nhiêu đồng đội đã hy sinh,
Anh vẫn chiến đấu oai hùng,
Và… đã để lại một phần thân thể.

"… Vị quốc vong thân" đời trai là tất thế.
Có xá gì một đôi mắt, một cánh tay,
những mất mát hôm nay, để đánh đổi một ngày,
trên quê mẹ, rộn ràng khúc hoan ca chiến thắng.

Đêm càng khuya, tiếng ca càng trầm lắng,
Như từng mũi kim đang xoáy thẳng vào tim.
Ta muốn quanh đây,
Và cả vũ trụ phải im lìm.
Để nghe anh bày tỏ nỗi niềm u uất…

Lời ca anh, là muôn ngàn xót xa chồng chất,
Khóc non sông giờ lắm cảnh thương đau.
Anh thương binh ơi! Cho dẫu thế nào…
Dẫu ngọc vỡ, đá phai vàng nát

… Tôi xin anh cứ cất cao tiếng hát,
Hát cho ngày mai nắng ấm đẹp quê hương,
Hát để tôn vinh những chiến sĩ can trường.
Đã một thời cùng anh và tôi… là đồng đội.

Cuối Đông 1990

Bài ca người mất trí

Ta mơ thành một người mất trí
Nghêu ngao ca hát giữa chợ đời
Không tỵ hiềm ganh ghét nhỏ nhoi
Chẳng bon chen lợi danh phù phiếm

Tình yêu là nỗi đau tiệm tiến
Giết lần mòn cả tuổi thanh xuân
Người bên ta thân xác thật gần
Mà tâm hồn đã xa vời vợi.

Dòng đời chia đi muôn ngàn lối
Biết nơi đâu là điểm tận cùng
Nhắc làm gì hai chữ thủy chung
Viên kẹo ngọt bọc ngoài mật đắng

Khi chào đời hai bàn tay trắng
Lúc tạ từ cũng trắng bàn tay
Hồn nhiên như hoa lá cỏ cây
Mùa Xuân sẽ muôn đời bất diệt

Lẽ vô thường nào ai chẳng biết
Bể trầm luân vẫn dấn thân vào
Để tâm hồn thoát tục thanh tao
Ta mơ được làm người mất trí.

Xuyên Mộc 1980
Nhuận sắc 2009

Uống cạn môi em
giọt lệ sầu...

Buồn lắm em ơi! Nhớ rất nhiều.
Gặp rồi có nói được bao nhiêu?
Nhìn nhau mà thấy lòng xao xuyến.
Ánh mắt gởi trao biết bao điều.

Em muốn chúng mình quên nhau đi!
Nói mà sao lệ ướt vành mi?
Thật ra em dối lòng em đó.
Chỉ khổ nhau thêm chứ ích gì?

Hãy để mùa Xuân nở ngát hương,
Cho tình êm ả giấc miên trường.
Cho đêm chỉ thấy toàn mộng đẹp
Cho đời trọn vẹn nghĩa yêu đương..

Dù hai phương trời cách biệt nhau,
Đừng buồn cho tháng bảy mưa Ngâu.
Anh xin hôn nhẹ bờ mi ướt.
Uống cạn môi em giọt lệ sầu.

Tiếng vọng đơn côi

Xin trả lại em nụ hôn đầu,
Thuở nào mình vụng dại trao nhau.
Thời gian lặng chết trong biển ái.
Và cả không gian nhuộm sắc mầu.

Xin trả lại em những tiếng cười.
Cho đời ta chợt thấy niềm vui.
Cho đêm không chỉ là nhung nhớ.
Cho hồn cứ ngỡ mới đôi mươi.

Xin trả lại em những hẹn hò.
Những lời tình tự đẹp như thơ.
Hãy xem như gió ngoài song cửa.
Hay là chỉ một thoáng trong mơ.

Thôi! Trả lại em, trả hết rồi.
Ta ngồi lặng đếm giọt sầu rơi.
Ngàn năm hoặc ngàn năm sau nữa.
Vẫn là tiếng vọng giữa đơn côi!

Nhuận sắc Mùa Thu 2010

Đêm lạnh mênh mông

Tim sũng ướt mùa đông trở giấc
Nắng úa sầu tuyết phủ mênh mông
Gió vi vu ru lời se sắt
Lạnh ngoài hiên hay lạnh trong lòng

Vẫn biết chẳng có gì vĩnh cửu
Sao buốt hồn khi nói xa nhau
Những yêu thương một thời đã đủ
Rồi úa tàn trong cuộc biển dâu

Thời gian theo tháng ngày lặng lẽ
Vấn vương hoài kỷ niệm thuở xưa
Nhẹ chao nghiêng lá rơi thật khẽ
Vọng tim ta một chút hương thừa

Mộng ước trôi cuối trời xa khuất
Chút tình này xin gửi gió đông
Đời trầm luân sắc không không sắc
Còn lại gì đêm lạnh mênh mông?

Sài Gòn nắng thu

Tháng mười nắng nhẹ hơi thu
Sao nghe lạnh tựa sa mù mùa đông
Thì ra lạnh tự trong lòng
Chứ không từ đám mây bồng bềnh trôi

Mai này biền biệt xa khơi
Ta đi mang phận số người lưu vong
Ngày về biền biệt, ai mong
Tha hương thôi cũng một vòng tử sinh.

Ngày chuẩn bị rời Sàigòn
10/1994

Sài Gòn ơi giã biệt

Sài Gòn ơi từ nay giã biệt
Niềm luyến lưu ướt sũng tâm hồn
Ngoài mặt vui mà lệ lòng tuôn
Biết bao giờ có ngày trở lại

Tuổi hoa niên tình yêu vụng dại.
Bao mộng mơ trả lại cho đời
Kiếp tha hương biền biệt mù khơi
Tất cả chỉ còn trong ký ức

Rồi sẽ có những đêm thao thức
Để nhớ về ngày tháng xa xôi
Những chiều vàng mình bước chung đôi
Dưới hàng me rụng đầy lá úa

Sài gòn ơi biết tìm đâu nữa
Mai ta đi biền biệt phương trời
Hành trang là thương nhớ đầy vơi
Của Sàigòn một thời yêu dấu.

Ngày rời SG, 31/10/1994

Thiên đường mở cửa

Cõi mộng có phải là đây
Bao người ao ước đắm say chực chờ
Ta như chợt tỉnh cơn mơ
Thiên đường mở cửa bất ngờ reo vui

Đêm đầu tiên đặt chân đến Hoa Kỳ.

Nov, 01/1994

Nụ xuân đời

Nụ xuân đời luống hắt hiu,
Mong manh như sợi nắng chiều, cuối Đông.
Chùng dây, lạc phím tơ đồng,
Người ôm cầm, bước sang sông lỗi thề,

Trầm luân trong cõi u mê,
Bừng cơn mộng dữ, ê chề nỗi đau,
Đâu gươm súng, đâu chiến bào?
Đâu đồng đội cũ, đâu hào khí xưa.

Biển dâu, tàn một cuộc cờ,
Vời trông cố quốc, lòng ngơ ngẩn sầu,
Ngày xưa ấy, biết tìm đâu?
Quê hương ơi! Chỉ một màu tóc tang…

Những ngày đầu xa quê hương
Đông 1994

Spring!

Spring is coming now,
But, my heart got sorrow only,
Since, I left my country,
Spring is not really Srping.

Xuân!

Mùa Xuân đang đến đây rồi!
Tim tôi chất ngất một trời xót xa,
Từ khi giã biệt quê nhà,
Với tôi, Xuân chẳng còn là mùa Xuân.

Xuân nhớ ca dao Mẹ!

Mẹ ơi! Xuân lại đến rồi!
Tim con se sắt một trời nhớ thương.
Dẫu xa xôi vạn dặm trường
Nhưng lòng con mãi vấn vương quê nhà.

Tưởng chừng như, mới hôm qua
Còn nghe mẹ hát lời ca dao buồn.
À ơi! Con ngủ đi con.
Ngủ đi, con ngủ cho tròn tuổi thơ.

Quê hương lửa khói mịt mờ
Lời ru mẹ vẫn ấm bờ tre xanh.
Lời ru như nước ngọt lành
Mát lòng con bước độc hành chông gai.

Lời ru như bóng tỏa dài
Chở che con những tháng ngày lao đao.
Như là ngọn sóng xôn xao
Ngàn đời lặng lẽ vỗ vào sườn non.

Đá kia còn có lúc mòn
Nhưng lời ru mẹ, theo con suốt đời.

Wichita, cuối năm 1994
Mùa xuân đầu tiên ly xứ

Người lính bên tháp chuông

(Kỷ niệm làng Ngô Sơn
Pleiku Noel 1973)

Một chiều xưa dừng chân xóm đạo
Trời đông buồn hiu hắt hồi chuông
Nhẹ nhàng như những chiếc lá buông
Mà quắt quay hồn người lính trận

Quanh tường vôi hằn in dấu đạn
Khói súng còn vương vất đâu đây
Giọt lệ nào trên khóe mắt cay
Trước tang thương thôn nghèo heo hút

Bà mẹ già lặng thinh chăm chút
Lần Mân Côi cầu nguyện cho con
Đường chiến chinh chân cứng đá mòn
Để thiện tâm với người dưới thế

Nhân danh ai tạo nên dâu bể?
Chốn tôn nghiêm chẳng được yên bình
Đêm ngôi hai cứu chuộc giáng sinh
Cũng xót xa cảnh đời tang tóc

Tiếng ngân nga như lời than khóc
Bên tháp chuông đổ nát hoang tàn
Nỗi buồn dâng theo bóng chiều loang
Người lính trận gục đầu đếm bước.

Khóc Cha!
(Ngày cha ra đi 07/12/2006)

Cha ra đi mùa đông năm ấy
Đông lại về, mười mấy mùa đông
Chập chờn cơn mộng con vẫn thấy
Ánh mắt, nụ cười đẹp mênh mông

Vẫn biết rằng sinh ly tử biệt
Là nỗi đau lớn nhất cuộc đời
Nhắm mắt xuôi tay rồi cũng hết
Tiễn đưa sao lệ chẳng ngừng rơi

Cha bỏ con giữa đời gai góc
Bỗng chốc thành một kẻ mồ côi
"Con không cha như nhà không nóc"
Sống lạc loài tội lắm cha ơi!

Những hy sinh công lao dưỡng dục
Con đã đền đáp được gì đâu
Mùa đông về lòng con thổn thức
Nhớ thương cha lạnh lẽo mồ sâu

Bao năm rồi vắng cha vẫn nhớ
Những bảo ban khuyên nhủ mấy lời
"Dù cuộc đời phong ba bão tố
Sống sao cho không hổ phận người".

Khóc Cha

Thương thân Cha một đời vất vả
Nuôi đàn con tất cả nên người
Công Cha núi Thái cao vời!
Con xin ghi nhớ suốt đời chẳng quên

Con nhớ mãi vào ngày Cha mất
Mắt nhìn con chẳng thốt nên lời
Con gào thét gọi Cha ơi!
Cha đi con ở, mồ côi tủi buồn

Suốt đêm dài nghe hồn thổn thức
Thầm gọi Cha ray rứt xót xa
Canh thâu suối lệ nhạt nhòa
Lòng con thương nhớ bao giờ cho nguôi

Chốn mộ sâu thân người cô quạnh
Trần gian con ấm lạnh một mình
Từ nay không thấy bóng hình
Âm dương cách trở là nghìn trùng xa...

Quỳnh Chi
Chủ nhật 11:11am, 24/5/2020

Như một giấc mơ

Chiều nghiêng nắng ngả non đoài
Là vàng một cánh rụng ngoài chân mây
Nhân sinh tựa kiếp cỏ cây
Nở rồi tàn lụn tháng ngày phôi pha.

Trầm luân trong cõi ta bà
Công danh sự nghiệp cũng là phù du
Rồi khi nhắm mắt thiên thu
Còn gì nơi chốn mịt mù hoang sơ

Trải lòng qua mấy vần thơ
Như là những tấm dư đồ ngày xưa.
Vẫn ghi dấu ấn chẳng mờ
Dẫu đời như một giấc mơ chóng tàn.

Nén hương lòng thắp muộn

*(Cho những người bạn tù 520
đã nằm lại giữa rừng già Xuyên Mộc)*

Anh nằm đó, giữa núi rừng cô quạnh.
Với nắng mưa, trong huyệt lạnh tiêu điều.
Lối mòn xưa, giờ cũng đã xanh rêu.
Vắng bước chân những bạn tù "cải tạo".

Tiếng gió reo, nghe thê lương ảo não.
Tựa hồn anh, đang u uẩn thét gào:
"… Trả lại tao, hãy trả lại cho tao,
Thời trai trẻ với biết bao mộng ước…"

Thế sự đảo điên, ngả nghiêng vận nước.
Cởi chinh y, khoác chiếc áo lao tù.
Đường tương lai là bóng tối âm u.
Vẫn ngạo nghễ vang tiếng cười quá khứ.

"Nhân sinh tự cổ thùy vô Tử.
Lưu thủ đan tâm, chiếu hãn thanh."*
Nén hương lòng thắp muộn gởi đến anh,
Của những bạn tù còn chút liêm sỉ.

Còn nghĩ đến các anh hùng tử sĩ.
Còn xót xa bao đồng đội ngày xưa,
Cùng thiếu ăn, cùng giãi nắng dầm mưa,
Cùng chia sẻ những đớn đau tủi nhục.

Anh nằm đó, nhưng không hề cô độc.
Quê hương rồi, có lúc sẽ bình yên.
Và anh rồi, bia đá sẽ đề tên.
Sẽ mãi mãi sống trong lòng dân tộc....

Thủy Gia Trang,
hiệu đính cuối đông 2007
* Cổ Thi

Cọp cô đơn

(Tặng BĐQ Chiêu
Người lính Mũ Nâu lẻ loi ở Oklahoma.
Nhân một lần gặp gỡ ngày16-10-2010.)
- Dương Thượng Trúc -

Gần bốn mươi năm,
tao với mày ngẫu nhiên gặp gỡ.
ngọn sóng đời đẩy đưa,
mây nước hội ngộ thật tình cờ.
tao nhìn mày mà cứ tưởng như mơ.
một giấc mơ dài hơn phần tư thế kỷ.

thế sự biển dâu với biết bao điều hệ lụy.
còn thấy được nhau, là mừng lắm, phải không mày?
Ôi! Cảm động làm sao hai tiếng "Ông… thày".
mày mấp máy trên đôi môi thâm sì khói thuốc.

đời có xá chi cái điều thua được
bởi ai đem thành bại luận anh hùng.
đánh mất quê hương là nỗi đau chung,
nhưng quyết giữ niềm tự hào màu cờ sắc áo.

giữa một rừng bê-rê rộn ràng, đông đảo
chiếc Mũ Nâu thật kiêu hãnh lẻ loi.
mày vẫn dửng dưng ngẩng mặt nhìn đời.
tỏa hào khí của một thời uy dũng.

của một thời, hai tay còn ôm ghì thân súng.
mắt nhìn trừng trừng dưới ánh sáng hỏa châu.
đêm từng đêm lặn lội chốn rừng sâu.
giữ giấc ngủ yên bình cho người hậu tuyến.
hơn ba mươi năm, giã từ cuộc chiến.
tủi tủi mừng mừng gặp được mày:
một con "Cọp Cô Đơn".

Thủy Gia Trang - Cuối Thu 2010

Chén rượu tha hương

Sống kiếp lưu vong nửa cuộc đời
Quê nhà biền biệt mãi ngàn khơi
Tha hương vẫn nhớ tình sông núi
Lạc xứ chẳng quên nghĩa đất trời
Sinh tử ngày nao như hí cuộc
Chiến chinh thuở ấy tợ trò chơi
Ngậm ngùi thân phận người thua trận.
Chia sẻ niềm đau nâng chén mời.

Hoàng hôn nhớ Mẹ
(Mùa lễ Vu lan 2010)

Ngoài hiên giọt nắng rã rời.
Hoàng hôn phủ xuống một trời cô liêu.
Chân mây lạc lõng cánh diều.
Như hồn viễn xứ chín chiều ruột đau.

Thương mẹ già lắm biển dâu.
Thân cò lặn lội giãi dầu gió sương.
Mẹ ơi! Tình mẹ khôn lường.
Vỗ về con vạn nẻo đường chông gai.

Quê người nhìn hạt nắng phai.
Hướng về đất mẹ u hoài xót xa.
Chiều nay chắc mắt lệ nhòa.
Vời trông cánh nhạn giữa tà huy buông.

Mẹ thăm tiền tuyến

(Tháng 11/1971
bị thương tại chân đèo Chư Xang,
Tây Bắc Thành Phố Pleiku
Mùa đông năm ấy mẹ ra thăm,
trong cái lạnh se sắt của núi rừng Cao Nguyên.)
Tưởng niệm ngày Mẹ ra đi
24/8/2011

Pleiku, mùa Đông ấy.
Lạnh tái tê núi đồi.
Từ Sài Gòn xa xôi.
Mẹ ra thăm tiền tuyến.

Thằng con mẹ lười biếng.
Phòng Sĩ Quan độc thân.
Nào chăn màn áo quần.
Nào Poncho, bình nước

Rồi vỏ bia, tàn thuốc.
Vất vung vãi khắp nơi.
Thu dọn sạch sẽ rồi.
Mẹ mỉm cười mắng khẽ:

"Cứ bừa bộn như thế.
Lấy vợ sớm đi ông.
Để mẹ có cháu bồng.
Con có người săn sóc".

Con mũi lòng muốn khóc.
Thương mẹ quá mẹ ơi!

Giờ đây mẹ đã đi rồi.
Còn ai mắng mỏ những lời yêu thương.

Mẹ đã đi rồi!
(24/08/2011)

Hỡi ôi! Mẹ đã đi rồi!
Càn khôn đảo lộn đất trời cuồng quay.
Ngậm ngùi trăm đắng ngàn cay.
Xót xa đau đớn đọa đầy lòng con.

Tháng năm tuổi hạc héo hon.
Tháng năm đăng đẳng mỏi mòn mẹ mong.
Thằng con sống kiếp lưu vong.
Vùi bao mộng ước trong vòng áo cơm.

Để rồi nắng tắt chiều hôm.
Để rồi mất cánh tay ôm mẹ hiền.
Mẹ đi vào cõi bình yên.
Con còn mang nặng oan khiên cuộc đời.

Hỡi ôi! Mẹ đã đi rồi.

Thắp nén hương xa

*(Tưởng niệm ngày mẹ khuất núi
mà con bất hiếu không về được.)*
24/08/2011

Mười mấy năm trời biệt cố hương.
Ngậm ngùi bao nỗi nhớ niềm thương.
Thương cha dầu dãi cùng mưa nắng,
Nhớ mẹ tảo tần với gió sương.
Phụ mẫu tình thâm ơn chửa trả.
Non sông nghĩa trọng nợ còn vương.
Song thân khuất núi, không về được.
Thắp nén hương xa luống đoạn trường.

Những ngày cuối tháng 8/2011

Nén hương chiều viễn xứ!
(Ngày mẹ ra đi 24/08/2011-24/08/2012.)

Mẹ bỏ con rồi sao mẹ ơi!
Tin đưa như sét đánh ngang trời.
Lòng con lịm chết trong đau đớn.
Muốn khóc mà sao lệ chẳng rơi.

Mẹ mất mà con chẳng thể về.
Mây sầu giăng kín nẻo sơn khê.
Thắp nén hương buồn chiều viễn xứ.
Quặn thắt hồn con đến tái tê.

Mẹ giờ quạnh quẽ dưới mộ sâu.
Ai cạo gió con, lúc ấm đầu.
Bát cháo hành hương nhờ ai nấu.
Ai canh con trọn giấc đêm thâu?

Bao năm gian khó thuở chiến chinh.
Mong sao non nước sớm thanh bình.
Về bên gối mẹ tìm hơi ấm.
Đền đáp một phần công dưỡng sinh.

Công hầu như giấc mộng phù du.
Vướng kiếp lao lung chốn mịt mù.
Còn bé dưỡng nuôi bầu sữa nóng.
Lớn khôn "ca cóng" mẹ thăm tù.

Rồi con làm thân én lạc bầy.
Giông tố dập vùi mỏi cánh bay.
Cay đắng nỗi lòng người xa xứ.
Nhớ thương đành gởi theo gió mây.

Vượt Thái Bình Dương đến thăm con.
Niềm vui đoàn tụ chẳng vuông tròn.
Nỗi sầu đất khách làm sao giải?
Mẹ về lòng con thấy buồn hơn.

Mẹ hỡi! Nghìn thu vĩnh biệt rồi.
Đau đớn lòng con quá mẹ ơi!
Âm dương chia cắt tình mẫu tử.
Muốn khóc mà sao lệ chẳng rơi?

Giỗ Mẹ năm thứ hai
(24/08/2013)

Hôm nay ngày giỗ mẹ.
Lòng con buồn vô biên.
Thời gian trôi nhanh thế.
Hai năm mất mẹ hiền.

Mẹ đi chiều Thu ấy.
Đất trời phủ màu tang.
Hàng cây đứng run rẩy.
Tan tác bao lá vàng.

Chuyện tử sinh ly biệt.
Là cái lẽ vô thường.
Mất mẹ rồi mới biết.
Đời ngập tràn bi thương.

Đã hai mùa lá rụng.
Nỗi đau vẫn còn nguyên.
Nén hương trầm con cúng.
Để tưởng nhớ mẹ hiền.

Mẹ ơi xin hãy thứ tha

(Giỗ Mẹ năm thứ ba 24/08/2014)

Mẹ giờ cõi hạc rong chơi.
Để cho con trẻ một trời nhớ thương.
Ngày xưa cách trở đại dương,
Ngày nay vĩnh biệt đôi đường tử sinh.

Tìm đâu mẫu tử thâm tình
Tìm đâu mẹ hỡi bóng hình thân yêu.
Quê người quạnh quẽ cô liêu.
Vời trông cố quốc chín chiều ruột đau.

Thương mẹ mưa nắng giãi dầu,
Thân cò lặn lội, mái đầu bạc phơ.
Cả đời chỉ một ước mơ.
Nuôi con khôn lớn cậy nhờ tấm thân.

Ngờ đâu thế sự xoay vần
Ngày con gẫy súng sa chân ngục tù.
Rừng sâu núi thẳm âm u.
Chắt chiu thăm viếng cúc cu tháng ngày.

Rồi con soải cánh tung bay.

Mẹ về trong mơ
(Giỗ Mẹ năm thứ tư 24/08/2015)

Đêm qua trở giấc não nề,
Chập chờn hình bóng mẹ về trong mơ.
Không gian lặng ngắt như tờ,
Thoảng đâu tiếng nhạc cung tơ giao hòa.

Hương trầm phảng phất gần xa,
Nụ cười mẹ nở như hoa Hải Đường.
Xiêm y mờ ảo khói sương.
Nhưng sao đôi mắt vương vương nét buồn?

Hay là mẹ trách hờn con!
Bởi bao ngày tháng mỏi mòn nhớ thương?
Bây giờ cách biệt ngàn phương.
Tiên cảnh hạ giới đôi đường phân ly.

Rồi mẹ lặng lẽ quay đi.
Giật mình tỉnh giấc, bờ mi lệ trào...

Lời ru của Mẹ

(Tưởng niệm ngày mẹ ra đi 24/08/2011
Giỗ Mẹ năm thứ năm 24/08/2016)

Như cánh chim non,
giữa trời bão tố.
lìa xa mái ấm gia đình ,
lúc tuổi mới đôi mươi...
mang bao ước mơ đi gìn giữ cho đời.
mãi xanh ngát một màu xanh hy vọng.

chiều dừng quân,
vùng sình lầy nước đọng.
đêm di hành,
vượt rừng núi âm u...
vẫn âm vang trong lòng lời hát mẹ ru,
đưa tuổi thơ con vào khung trời hoa bướm.
...
Nhưng hỡi ơi!
Non sông gặp tai ương một sớm,
giặc tràn về nhuộm đỏ cả quê hương,
giặc tràn về gieo rắc cảnh tang thương
con của mẹ bỗng mang thân tù tội.

Đêm xà lim,
vẫn nghe lời ru vang dội,
cho con tìm được giấc ngủ bình yên.
mơ vòng tay ấm áp của mẹ hiền.
để vượt qua những tháng ngày gian khổ.
...

rồi con ra đi,
như thuyền không bến đỗ.
vượt trùng dương
tìm mảnh đất tự do.
để mẹ già với đẳng đẳng âu lo.
thương thằng con lạc loài xứ lạ.
...
hung tin đến,
toàn thân như hóa đá...
nát lòng con,
đau đớn quá mẹ ơi.
mẹ ra đi,
sao chẳng nói một lời,
dù chỉ là một lời trách móc.
...
công dưỡng nuôi
bao năm dài khó nhọc.
con chưa hề đền đáp một mảy may.
thế mà nay,
mẹ nhắm mắt xuôi tay,
con cũng chẳng được nhìn Người lần cuối.
...
rồi từ đây,
trên đường đời dong ruổi,
còn tìm đâu hình bóng mẹ thân yêu.
cùng lời hát ru êm ả, những buổi chiều.
đưa con vào vùng trời hoa bướm cũ...

Tình Mẹ

(Mother's day 2017
Giỗ Mẹ năm thứ sáu 24/08/2017)

Bao la nhất trên đời là tình Mẹ
Tình thâm sâu như sóng cả đại dương
Bao gian nan, bao mưa nắng gió sương
Vẫn hạnh phúc với niềm vui con trẻ

Ngọt ngào nhất trên đời là tình Mẹ
Như nụ hoa luôn thắm nở mùa Xuân
Ôi! Vòng tay lam lũ rất ân cần
Ủi an con trước buồn đau nhân thế

Cao quý nhất trên đời là tình Mẹ
Chỉ trao ra mà chẳng chút đắn đo.
Một kiếp người trăm ngàn mối âu lo
Trút cả lên đôi vai gầy lặng lẽ

Êm đềm nhất trên đời là tình Mẹ
Ru con tròn giấc ngủ điệu ca dao
Dẫu gập ghềnh bước những bước lao đao
Sẽ bình yên trong vòng tay của Mẹ.

Cõi nhân gian tình nào bằng tình Mẹ
Hãy yêu thương quý mến lúc Mẹ còn
Kẻo mai này khi Mẹ khuất đầu non
Đời hiu hắt khi ta không còn Mẹ.

Mother's Day nhớ Mẹ
(7 năm vắng bóng Mẹ hiền)

Hôm nay Lễ Mẹ lại về
Hồn con chất ngất não nề Mẹ ơi!
Từ Mẹ tiên cảnh rong chơi
Bỏ con lại giữa đất trời bơ vơ

Trong làn hương khói mịt mờ
Hằng đêm sống dậy tuổi thơ ngọt ngào
Mẹ ơi! Con nhớ làm sao
Lời Mẹ khuyên bảo dạt dào yêu thương

"Dù mai vấp ngã trên đường
Cũng đừng bi lụy, chán chường nghe con
Giữ gìn một tấc lòng son
Nam nhi khí phách, không sờn đấu tranh"

Qua rồi cái tuổi xuân xanh
Công danh sự nghiệp cũng đành, Mẹ ơi!
Bây giờ thân phận nổi trôi
Con ngồi nhớ Mẹ, bồi hồi xót xa.

Mother's day 2018

Vu Lan nhớ Mẹ
(8 năm vắng bóng Mẹ hiền)

Một đóa hoa hồng trắng
Cài lên ngực áo con
Để thấy hồn hoang vắng
Vì biết Mẹ không còn

Lễ Vu Lan lại đến.
Mùa báo hiếu là đây
Những thanh âm tắc nghẹn
Với thương nhớ vơi đầy

Tiếng tụng kinh đều đặn
Vang lên trong đêm trường
Nhẹ nhàng lời Mẹ dặn
Thoảng qua màn khói sương

Những chiều thu cô lẻ
Nhìn chiếc lá bay xa
Thu đất trời vẫn thế
Sao mắt con lệ nhòa...

Vu Lan 24/08/2019

Mẹ ơi! Có nghe lời con gọi?
(9 năm vắng bóng Mẹ hiền)

Khắc khoải thanh âm con gọi Mẹ
Giữa mùa báo hiếu mọi người vui
Mẹ ơi! Mắt đã khô giòng lệ
Bởi ký ức xưa quá ngậm ngùi.

Dìu dắt con thơ tìm đất sống
Bỏ lại sau lưng những ngọt ngào
Mong manh đời giữa con bão động
Vì con trải biết mấy gian lao

Đến tuổi lớn khôn chưa đền đáp
Mảy may chút ơn nghĩa sinh thành
Non sông lâm cảnh tình bi đát
Giã nhà con vào cuộc chiến tranh

Lặn lội viếng thăm quân y viện
Mỗi khi con ngã ngựa sa trường
Lòng Mẹ thương con như trời biển
Mặc cho ngày tháng tóc pha sương

Gồng gánh thăm nuôi "tù cải tạo"
Tấm thân gầy guộc quãng đường xa
Lưng còng mắt yếu, chân chao đảo
Nhìn dáng Mẹ yêu, suối lệ nhòa.

Rồi Mẹ đi xa, xa vời vợi
Con không về kịp phút ly bôi
Mẹ ơi! Có nghe lời con gọi
Giữa mùa báo hiếu, lệ chẳng rơi.

Mùa Phật Đản Canh Tý
Ngày Từ Mẫu 14/05/2020

Mẹ ơi! Ngày hiền mẫu
(Mother'day 2020)

Hôm nay lại một lần Lễ Mẹ
Lòng con buồn ray rứt Mẹ ơi!
Chung quanh đây kẻ nói người cười
Vui niềm vui trong ngày hiền Mẫu

Bao kỷ niệm của thời thơ ấu
Chợt ùa về cào cấu tim con
Những canh khuya giấc ngủ chập chờn
Hình ảnh Mẹ lung linh mờ ảo

Cả tuổi xuân sớm hôm tần tảo
Mặc dòng đời nghiêng ngả đảo điên
Đẹp làm sao ánh mắt dịu hiền
Vỗ về con những khi lỡ bước

Kiếp chinh nhân tháng ngày xuôi ngược
Mẹ từng đêm nhang khói nguyện cầu
Cuộc đao binh rồi sẽ qua mau
Để con được về bên gối Mẹ.

Nhưng Mẹ lại tuôn giòng suối lệ
Khi nhìn con khăn gói đi tù
Đường thăm nuôi rừng núi âm u
Thân cò thêm nhiều phen gồng gánh

Rồi con như chim trời tung cánh
Biền biệt bay cách một đại dương
Bỏ Mẹ hiền bỏ cả quê hương
Chẳng biết đến bao giờ trở lại

Mùa thu ấy hồn con tê dại
Hung tin từ cố xứ xa xôi
Mẹ yêu ơi, Mẹ đã đi rồi.
Con chẳng được một lần nhìn mặt.

Bao năm qua từ khi Mẹ khuất
Là bao năm u uất lòng con
Vẫn khát khao nếu Mẹ hãy còn
Vui biết mấy trong ngày hiền mẫu.

Mẹ và mùa Thu

Mỗi lần thu đến Mẹ ơi!
Lá tuôn ngoài ngõ, lệ rơi trong lòng
Đời con từ đó vắng không
Kỷ niệm êm ái bềnh bồng tâm tư.

Tiễn bạn

(Mũ Nâu Nguyễn Phước Quân.
04/02/2015)

Anh nằm xuống giữa mùa đông lạnh giá
Kiếp phù sinh thôi dứt trả nợ trần
Cũng chẳng còn vương vấn chuyện thế nhân
Xuôi hai tay đi vào lòng đất lạnh.

Tuổi thanh xuân ôm một trời kiêu hãnh
Mang chí trai đền đáp với núi sông
Ngang dọc khắp nơi thỏa chí tang bồng
Đem tình thương treo lên đầu mũi súng

Giày "saut" anh đi đá mềm chân cứng
Cao nguyên xa xôi đến tận đồng bằng.
Đêm di hành truy kích địch dưới trăng
Vang khúc quân ca Biệt Động Quân sát

Thế mà nay cũng vàng phai ngọc nát.
Đời biển dâu sự thế ấy lẽ thường
Đêm thật buồn xin thắp nén trầm hương.
Tiễn anh đi về phương trời miên viễn.

Khóc bạn

*(Gởi Tô Đức Hải, 520 Xuyên Mộc
Wichita KS 28/03/2018)*

Mày đi thật rồi sao Hải ơi!
Mùa xuân còn rực nắng bên trời
Mà kiếp nhân sinh, như cỏ lá
Sớm nở tối tàn mây gió trôi.

Kỷ niệm còn đây nỡ quên sao?
Mày có nghe chăng tiếng nghẹn ngào
Của những bạn bè, người thân thuộc
Với lòng tiếc nuối biết là bao.

Nhớ lúc lưng trời tung cánh bay
Dập dềnh trên lối gió đường mây
Đời trai dâng hiến cho Tổ Quốc
Giữ vững giang sơn, mảnh đất này

Tháng năm đày đọa kiếp tù nhân
Đói khát xá gì đến tấm thân
Vẫn cười ngạo nghễ cùng gian khổ
Vẫn hồn phơi phới giữa mùa xuân

Vẫn ngậm ngùi vui sống lưu vong
Dẫu nay giã biệt kiếp tang bồng
Cuộc đời hồ hải xin khất lại
Món nợ ân tình với núi sông

Thôi nhé mày đi, đi bình yên
Đi vào một giấc ngủ ngoan hiền
Đi tìm mộng đẹp trong tâm thức
Quên hết cuộc đời lắm đảo điên.

Chia tay lần cuối

(Tưởng nhớ nhà văn Nguyễn Mạnh An Dân
Tử nạn giao thông ngày 07/09/2019 Houston TX.)

Tôi viết cho anh lời thơ buồn
Nức nở trong lòng, lệ chẳng tuôn
Dường như lệ đã khô từ dạo
Gãy súng buông gươm, nuốt tủi hờn

Tôi rót mời anh chén rượu cay
Để hồi tưởng lại những cơn say
Ngất ngưởng đêm thâu đời lưu lạc
Quê hương mờ mịt cuối chân mây

Tôi đốt cho anh điếu thuốc thơm
Mà sao nghe lạnh buốt trong hồn
Chạnh nhớ gian lao đời tù tội
Đói từ hơi thuốc đến hột cơm

Tôi thắp lên đây một nén hương
Thay khúc bi ca nỗi đoạn trường
Chia tay lần cuối là miên viễn
Tiễn biệt hồn anh quy cố hương.

Kiếp người

Đời thoáng như cơn mộng
Biết đâu là buồn vui
Thấy gì trong cuộc sống?
Hạnh phúc hay ngậm ngùi

Tất cả rồi cũng sẽ
Như làn gió qua mành
Thanh âm rung khe khẽ
Tựa kiếp người mong manh

Những yêu thương hờn giận
Theo nước chảy hoa trôi
Chẳng còn chi vướng bận
Bước phiêu diêu thảnh thơi

Vào đời bàn tay trắng
Ra đi trắng bàn tay
Mặc đất trời mưa nắng
Hồn bồng bềnh mây bay.

Nhuận sắc 2017

Chén rượu ngậm ngùi

Nghiêng chai dốc hết ra từng giọt…
Ta uống đêm này cho thật say.
Vũ trụ cuồng quay, quên tuốt luốt
Quên luôn cả số kiếp lưu đầy.

Hãy nói nữa đi, thằng bạn cũ,
Nói về ngày tháng lắm gian nan.
Gạo sấy, lương khô mà thấy đủ,
Ầm ầm pháo địch vẫn cười vang.

Nhắc lại những đêm nằm gối súng,
Nhìn trăng mơ bóng Giáng Kiều xinh.
Đầm đìa sương lạnh, vai ướt sũng
Mà ấm trong tim, một chút tình.

Nhớ đêm say khướt trong nhà thổ,
Đốt tuổi thanh xuân, chén rượu nồng
Rồi mai ngất ngưởng ra trận địa
Thét gào man rợ tiếng xung phong.

Nhớ quá... những khi về dạo phố,
Em cười e ấp, dáng hiền ngoan.
Ôi! Bước chân son còn bỡ ngỡ.
Sao hồn ta lạc chốn địa đàng.

Đời của chúng mình, người lính chiến,
Một thời ngang dọc, giữ quê hương.
Giờ mang thân phận thằng lưu lạc
Nhìn lại non sông luống đoạn trường.

09/2010

Nhớ người nằm lại Đức Cơ

(* Tưởng nhớ các chiến sĩ ĐĐ3/11/BĐQ
Đã gục ngã đêm Giáng Sinh 1972
giữa rừng già Đức Cơ.)

Nhớ người nằm lại Đức Cơ.
Xót xa viết những vần thơ chân tình
Qua rồi, chinh chiến điêu linh.
Sao còn nằm đó, một mình chơ vơ?

Tiếng pháo giặc như nhịp chầy giã gạo.
Kinh động núi rừng, đêm thánh thiêng liêng.
Loài ngạ quỷ thèm thịt xương đồng loại
Man rợ thét gào chẳng khác lũ điên.

Những âm thanh vọng về từ địa ngục.
Gọi hồn người trong bóng tối âm u.
Chúng xung phong như lũ ròi lúc nhúc.
Tranh dành nhau liếm láp máu quân thù.

Cánh rừng già ngập chìm trong lửa đạn.
Bao thân người quằn quại giữa đau thương.
Dẫu hy sinh quyết giữ gìn thế trận
Bảo vệ từng tấc đất của quê hương.

Súng vẫn nổ và thây người vẫn đổ.
Mãnh hổ ôi! Vô vọng địch quần hồ.
Chúng tràn vào, những đầu người lố nhố.
Chí kiêu hùng đành chôn chặt ngàn thu.

Đêm giáng sinh đem an bình xuống thế.
Yên ủi linh hồn chiến sĩ trận vong.
Đã nằm lại rừng Đức Cơ hoang phế.
Những người con yêu quý của non sông.

Mùa Xuân 1973
Hiệu đính Xuân 2003

Pleiku, một đời trong ta

Bao giờ về lại phố xưa,
nhìn rừng núi dưới cơn mưa nhạt nhòa.
để từng kỷ niệm vời xa,
quay về lũ lượt, vỡ òa trong tim.

lần theo dấu cũ, đi tìm.
dáng xưa chắc đã khuất chìm hư vô.
con đường Hoàng Diệu mộng mơ.
còn ai đưa đón, đợi chờ bước ai?

thướt tha mái tóc buông dài.
để người mê đắm những bài tình ca.
Phố buồn lặng lẽ mưa sa.
đếm từng nỗi nhớ, chỉ ta một mình

tháng ngày gian khổ điêu linh.
đem thân vào cuộc chiến chinh mịt mù.
đời như chiếc lá chiều Thu.
cuốn theo cơn gió hoang vu núi đồi.

chập chờn giấc mộng chơi vơi.
Pleiku sống mãi một đời trong ta.

Nhuận sắc mùa đông 2010

Lưu Linh hành

(Tặng nghệ sĩ Hà Linh Bảo)

Những chàng đệ tử Lưu Linh
Bên nhau kể chuyện tâm tình ngày xưa
Thời gian mấy cũng chẳng vừa
Để nói hết chuyện nắng mưa cuộc đời

Nhắc chuyện cũ rất xa xôi
Sao như sống lại cái thời xuân xanh
Ngày đêm nhịp bước quân hành
Giầy "saut" sũng nước, trên cành sương rơi.

Gian lao môi vẫn mỉm cười
Hiểm nguy mà vẫn coi trời bằng vung.
Nam nhi vương nợ kiếm cung
Nợ nhà nợ nước, gom chung nợ tình

Còn nợ huynh đệ chi binh
Xin làm đệ tử Lưu Linh trả dần
Đời còn được mấy mùa xuân?
Bên nhau ta uống một lần cho say...

Vong quốc ca

Nỗi buồn quay quắt mãi tim ta
Đất khách nương thân đếm tuổi già
Nước mắt xót xa bao nghiệp chướng
Nhà tan cay đắng lắm oan gia
Giang sơn khốn đốn vì phỉ cộng
Tổ quốc điêu linh bởi ác tà
Nghe tiếng oán than lòng thổn thức
Thương đời lạc xứ giọt châu sa.

Ngày 4 tháng 3 năm 2016
Trên đường đi phó hội VBNHK

Tự trào

"Ngũ thập niên tiền nhị thập tam"*
Tuổi đời xế bóng chẳng đành cam
Văn chương dăm chữ mà ham viết
Thơ phú vài câu vẫn cố làm
Bước thấp bước cao chân tếu táo
Ly đầy ly cạn miệng tầm sàm
Thế mà cũng thọ lâu đấy nhỉ
"Ngũ thập niên tiền nhị thập tam"

10/14/2018
* Thơ Nguyễn Công Trứ

Lạnh đâu chỉ tại mùa Đông...

Sáng nay thức giấc, giật mình
Nhìn tờ lịch cuối, in hình sắp rơi
Ngoài kia tuyết rụng tả tơi
Giá băng phủ kín quãng đời thương đau

Thương mái tóc đã đổi màu
Đau vì năm tháng dãi dầu gió sương
Súng gươm gãy gánh giữa đường
Tình nhà nợ nước còn vương mối sầu.

Thời gian vun vút qua mau
Chim xa lìa tổ, biết đâu ngày về
Trầm luân trong cõi u mê
Miếng cơm manh áo, bộn bề lo toan.

Mội lần tờ lịch sang trang
Niềm đau cố quốc lại càng quắt quay.
Mỗi lần chợt tỉnh cơn say
Nghĩ về thân phận càng cay đắng lòng

Lạnh đâu chỉ tại mùa đông...

Đông chí 2019

Những người bạn tù...

(Đêm hội ngộ cựu tù Suối Máu
Houston Texas 19/10/2019)

Người bạn tù gặp nhau đất lạ
Tủi tủi mừng mừng, dạ nao nao
Những thanh âm chất chứa nghẹn ngào
Nhắc nhở lại tháng ngày xưa ấy

Tháng ngày đem tuổi xuân vùng vẫy
Cầu Hiền Lương đến mũi Cà Mau
Bao hiểm nguy, nào xá gì đâu
Vững tay súng giữ gìn đất Mẹ

Chuyện tử sinh lông hồng xem nhẹ
Ai công hầu khanh tướng mặc ai
Gót giầy shaut vẫn bước miệt mài
Tròn bổn phận người trai thời chiến

Rồi một ngày xót xa dâu biển
Ôi! Quê hương trắng xóa màu tang
Đạo hùng binh rã ngũ tan hàng
Buông súng gươm lâm đời tù tội

Gặp lại nhau nói lời thống hối
Nợ non sông trĩu nặng trong tim
Hào khí xưa giờ biết đâu tìm
Khi tuổi đời tà dương xế bóng

Không cuồng ngông chẳng cao hoài vọng
Vẫn ước mơ thoát kiếp chim di
Một lần thôi dưới bóng quân kỳ
Đem xác thân báo đền Tổ Quốc

Thay lời tri ân

Ngôn từ mộc mạc đơn sơ
Kết nên vần điệu thành thơ trao đời
Chỉ là tiếng vọng ngoài khơi
Loài chim lạc xứ giữa trời bão giông

Cũng xin tạc dạ ghi lòng
Thay lời cảm tạ đôi dòng thân thương
Những người chung một cung đường
Để chia sẻ nỗi vấn vương quê nhà.

Oct /2020

Mục lục

- *Lời mở đầu* - Điệp Mỹ Linh   11
- *Cảm nhận* - Phạm Tương Như   23
- *Cảm nhận* - Mỹ Nhung   31
- *Cảm nhận* - Túy Hà   37

Nội dung:

01- Lời yêu thương trao Nhỏ	47
02- Mùa Xuân miên viễn	48
03- Nhịp đập nhỏ nhoi	49
04- Phố cũ chiều Thu	50
05- Phố cũ chiều Thu (bài họa Sương Sương)	51
06- Lục bát và những đoạn đời	52
07- Ngày xưa hò hẹn	54
08- Có mấy người đi hẹn trở về	56
09- Nụ hôn cuối...	57
10- Đêm Trăng Lớn	58
11- Có sức người...	59
12- Vầng trăng lẻ loi	60
13- Trăng nửa vành	61
14- Quà thôi nôi cho con	62
15- Mùa Xuân đầu tiên	63
16- Xuân trong vòng rào kẽm gai	64
17- Chiều mùng ba Tết	65
18- Bi thuốc lào	66
19- Tròn năm	67
20- Chuyển trại	68
21- Cảm ơn	69
22- Khô chuột	70
23- Xuân không nhà	71
24- Quả ớt rụng	72
25- Bất chợt mùa Xuân	73
26- Vinh Danh	74
27- Đêm chào cờ	75
28- Bỏ phố lên rừng	76
29- Tiếng kẻng gọi hồn	77
30- Lát sắn mốc	78

31- Chờ Mẹ thăm nuôi	79
32- Chinh phụ ngày nay	80
33- Con mối chúa	81
34- Vạn dặm thăm chồng	82
35- Nuôi tù	84
36- Xuyên Mộc tàn Xuân	85
37- Xuyên Mộc Hạ vàng	86
38- Em cứ đi	87
39- Thăm nuôi lần cuối	88
40- Ta vẫn là ta	89
41- Đọc "hổ nhớ rừng"	90
42- Gởi lại cố nhân	88
43- Nén hương cho cuộc tình	94
44- Một thoáng thu ta	95
45- Ta giữ riêng ta	96
46- Đừng giữ riêng anh (bài họa Bảo Ngọc)	97
47- Bi khúc	98
48- Xuyên Mộc Đông buồn	99
49- Mãn tù	100
50- Chiều mưa dĩ vãng	102
51- Hay tình xưa đã...	104
52- Hương xưa vọng tiếng	105
53- Đêm say	106
54- Bất chợt niềm vui	107
55- Bài hát người thương binh	108
56- Bài ca người mất trí	110
57- Uống cạn môi em	112
58- Tiếng vọng đơn côi	113
59- Đêm lạnh mênh mông	114
60- Sài Gòn nắng Thu	115
61- Sài Gòn ơi giã biệt	116
62- Thiên đường mở cửa	117
63- Nụ Xuân đời	118
64- Spring	119
65- Xuân nhớ ca dao Mẹ	120
66- Người lính bên tháp chuông	122
67- Khóc Cha	124
68- Khóc Cha (bài cảm tác Quỳnh Chi)	126

69- Như một giấc mơ	127
70- Nén hương lòng thắp muộn	128
71- Cọp cô đơn	130
72- Chén rượu tha hương	132
73- Hoàng hôn nhớ Mẹ	133
74- Mẹ thăm tiền tuyến	134
75- Mẹ đã đi rồi	136
76- Thắp nén hương xa	137
77- Nén hương chiều viễn xứ	138
78- Giỗ Mẹ năm thứ hai	140
79- Mẹ ơi! Xin hãy thứ tha	141
80- Mẹ về trong Mơ	142
81- Lời ru của Mẹ	143
82- Tình Mẹ	146
83- Mother day nhớ Mẹ	148
84- Vu Lan nhớ Mẹ	149
85- Mẹ ơi! Có nghe lời con gọi	150
86- Mẹ ơi! ngày hiền Mẫu	152
87- Mẹ và mùa Thu	154
88- Tiễn bạn	155
89- Khóc bạn	156
90- Chia tay lần cuối	158
91- Kiếp người	159
92- Chén rượu ngậm ngùi	160
93- Nhớ người nằm lại Đức Cơ	162
94- Pleiku một đời trong ta	164
95- Lưu Linh hành...	166
96- Vong quốc Ca	167
97- Tự trào	168
98- Lạnh đâu chỉ tại mùa đông	169
98- Những người bạn tù	170
99- Thay lời tri ân	172
- Tình khúc cho người sang sông (Nhạc bản)	173

Liên lạc Tác giả
Dương Thượng Trúc
munau11@hotmail.com
316-992-0862

Liên lạc Nhà xuất bản
Nhân Ảnh
han.le3359@gmail.com
(408) 722-5626

www.ingramcontent.com/pod-product-compliance
Lightning Source LLC
Chambersburg PA
CBHW060357080526
44583CB00012B/355